ಖುಷಿ ಕಥ

Cyscoprime Publishers

Parijat Extension, Bilaspur, Chhattisgarh 495001
First Published By Cyscoprime Publishers 2020
Copyright © Dravya L Kariyappalar 2020
All Rights Reserved.

ISBN: 978-93-90047-25-3
MRP: Rs.140/-

This book has been published with all reasonable efforts taken to make the material error-free after the consent of the author. No part of this book shall be used, reproduced in any manner whatsoever without written permission from the author, except in the case of brief quotations embodied in critical articles and reviews. The author of this book is solely responsible and liable for its content including but not limited to the views, representations, descriptions, statements, information, opinions and references ["content"]. The content of this book shall not constitute or be construed or deemed to reflect the opinion or expression of the publisher or editor. Neither the publisher nor editor endorse or approve the content of this book or guarantee the reliability, accuracy or completeness of the content published herein and do not make any representations or warranties of any kind, express or implied, including but not limited to the implied warranties of merchantability, fitness for a particular purpose. the publisher and editor shall not be liable whatsoever for any errors, omissions, whether such errors or omissions result from negligence, accident, or any other cause or claims for loss or damages of any kind, including without limitation, indirect or consequential loss or damage arising out of use, inability to use, or about the reliability, accuracy or sufficiency of the information contained in this book.

ಖುಷಿ ಕಥ

(ಪ್ರೀತಿಯನ್ನು ಪ್ರೀತಿಸುವ ಹೃದಯಗಳ ತುದಿಯಲ್ಲಿ ಪ್ರೀತಿಯಿಂದ
ಹೇಳುವ ಪ್ರೀತಿಯ ಕಥೆ)

Story Of Love And Its Feeling

ದ್ರವ್ಯ.ಎಲ್ ಕರಿಯಪ್ಪಲರ್

ದ್ರವ್ಯ.ಎಲ್ ಕರಿಯಪ್ಪಲರ್

ತಂದೆ-ತಾಯಿಯ ಆಶೀರ್ವಾದದೊಂದಿಗೆ

"

ಇದ್ದಾಗ ಕಡೆಗಣಿಸಿ ಸತ್ತಾಗ ನೆನೆದರೆ ಮತ್ತೆ ಹುಟ್ಟಿ ಬರುವುದಿಲ್ಲ ಹೆತ್ತವರು" ಎಂದು ಹಿರಿಯರು ಹೇಳಿದ ಹಾಗೆ, ಪ್ರತಿ ಸಮಯದಲ್ಲೂ ನಮ್ಮನ್ನು ಪ್ರೋತ್ಸಾಹಿಸುವ ತಂದೆ ತಾಯಿಯನ್ನು ನಾವು ಗೌರವಿಸಬೇಕು.

ಕಠಿಣ ಸಮಯ ಸಂದರ್ಭ ಬಂದರೆ ನಮ್ಮಿಂದ ಹೆತ್ತವರು ಬಿಟ್ಟು ಎಲ್ಲರೂ ದೂರವಾಗುತ್ತಾರೆ, ಅವರು ಪ್ರೀತಿ ಕೊಡುವ ಹಾಗೆ ಇನ್ ಯಾವ ವ್ಯಕ್ತಿ ತಾನೇ ಪ್ರೀತಿ ಕೊಡಲು ಸಾಧ್ಯ.

ಮಗು ಕಣ್ತೆರೆಯುವ ಮುಂಚೆ ಪ್ರೀತಿ ಕೊಟ್ಟ ಅಮ್ಮ ಮತ್ತು ಅದೇ ಮಗು ಪ್ರಪಂಚವನ್ನು ಹೇಗೆ ಪ್ರೀತಿಸಬೇಕು ಎಂದು ತಿಳಿಸಿ ಕೊಟ್ಟ ಅಪ್ಪ....ಆ ಪ್ರೀತಿಯನ್ನು ಹಂಚಿಕೊಂಡು ನಡೆಯಬೇಕು ಎಂಬುದಾಗಿ ಈ ಕಥೆಯಲ್ಲಿ ತಿಳಿಸಿದೆ..

ಅಪ್ಪ ಅಮ್ಮನೊಂದಿಗೆ ಪ್ರೀತಿಯಿಂದ ಇರಬೇಕು,

ಬೆಲೆಕಟ್ಟಲಾಗದ ಪ್ರೀತಿ, ಒಂದು ಬಾರಿ ಕಳೆದರೆ ಮರಳಿ ಸಿಗುವುದಿಲ್ಲ.

ಒಂದು ಪುಟ್ಟ ಗ್ರಾಮ. ಆ ಗ್ರಾಮದಲ್ಲಿ ಜೀವಕ್ಕೆ ಜೀವ ಎಂದು ಪ್ರೀತಿಸುವ ಹೃದಯಗಳು ಇರುತ್ತವೆ. ಆ ಪ್ರೀತಿಯನ್ನು ಮನೇಲಿ ಒಪ್ಪದೇ ಇರುವ ಕಾರಣ ಬೆಂಗಳೂರಿಗೆ ಬಂದು ಮದುವೆಯಾಗಿ ಜೀವನ ನಡೆಸುತ್ತಾರೆ.

ಮನೆ ಬಿಟ್ಟು ಬಂದ ಕಾರಣ ಜೀವನ ಕಷ್ಟವಾಗುತ್ತದೆ,

ಆದರೂ ಜೀವಕ್ಕೆ ಒಂದು ದಾರಿಯಂತೆ ನಡೆಯುವರು, ಹಾಗೆ ಬೇಜಾರು ಏನಂದ್ರೆ ಸಂಬಂಧಿಕರು ಹೆತ್ತವರು ಯಾರು ಕೂಡ ನೋಡೋಕೆ, ಮಾತಾಡೋಕೆ ಪ್ರಯತ್ನ ಪಡುವುದಿಲ್ಲ..

ಹುಡುಗ ಒಂದು ಪುಟ್ಟ ಕಂಪನಿ ತೆರೆದು ಅದು ಪ್ರತಿಹಂತದಲ್ಲು ಹಬ್ಬುತ್ತ ದೊಡ್ಡ ಕಂಪನಿಯಾಗಿ ಬೆಳೆಯುತ್ತದೆ. ಹುಡುಗಿ ಲಾಯರ್.

ಇವರ ಪ್ರೀತಿಗೆ ಆಧಾರವಾಗಿ ಒಂದು ಪುಟ್ಟ ಮಗು ಜನಿಸಿತು.

ಇವರ ಜೀವನದಲ್ಲಿ ಪ್ರೀತಿ-ವಾತ್ಸಲ್ಯ ಸಂತೋಷ ತುಂಬಿರುವುದರಿಂದ ಖುಷಿ ಎಂದು ಹೆಸರಿಟ್ಟರು.

ಖುಷಿ ಎಂತಹ ಅದ್ಭುತವಾದ ಹೆಸರು.

ಖುಷಿ ತಂದೆ ಹಗಲು-ರಾತ್ರಿ ಎನ್ನದೆ ನಿದ್ದೆಗೆಟ್ಟು ಕಂಪನಿನ ಎತ್ತರಕ್ಕೆ ಬೆಳೆಸುತ್ತಾ ಹೋದರು ,ಮಗಳು ಖುಷಿಗೆ ಯಾವುದೇ ಕೊರತೆಯಾಗದಂತೆ ಬೆಳೆಸಿದರು..

ಖುಷಿಗೂ ತಂದೆ-ತಾಯಿಯೇ ಪ್ರಪಂಚ, ಮನೆಯಲ್ಲಿ ಯಾವಾಗಲೂ ಸಂತೋಷ ಹೂವಿನ ನಗುವಂತೆ, ಪ್ರತಿದಿನ ಹುಟ್ಟು ಸೂರ್ಯನಂತೆ ಇರುತ್ತಿತ್ತು.

ತಂದೆ ಬೆಳೆಸಿದ ಕಂಪನಿ ತುಂಬಾ ಹೆಸರು ಮಾಡಿತು, ದುಡಿಯುತ್ತಿರುವವರು ಬೇರೆಯವರಿಗೆ ಆಸರೆಯಾಗುವ ಹಾಗೆ ಎತ್ತರ ಬೆಳೆಯುತ್ತಾರೆ, ಎಲ್ಲಾ ಕಡೆ ಹೆಸರಾದರೂ..

ಖುಷಿಯ ಮಾವ ಅಂದರೆ ಅಮ್ಮನ ತಮ್ಮ ಮನೆಯಲ್ಲಿ ಜಗಳವಾಡಿ ಅಕ್ಕನೊಂದಿಗೆ ಇರೋಣ ಎಂದು ಮನೆ ಬಿಟ್ಟು ಬಂದು ಇವರೊಂದಿಗೆ ಇರುವರು.

ಇವರಿಗೂ ಸಂತೋಷವಾಗುತ್ತದೆ ಕೆಲವು ವರ್ಷಗಳ ಕಾಲ ಯೋಚನೆಗು ಮೀರಿದ ಹಾಗೆಯೆ ಜೀವನ ನಡೆಯುತ್ತದೆ. ಧಾನ ಮಾಡುತ್ತಾ, ಬಳಲಿದವರಿಗೆ ಆಶ್ರಯ ನೀಡುತ್ತಾ ಜೀವನ ಅದ್ಭುತವಾಗಿ ಸಾಗುತ್ತದೆ..

ದ್ರವ್ಯ.ಎಲ್ ಕರಿಯಪ್ಪಲರ್

ಮಾವ ಕುಡಿಯುವನು ಮತ್ತು ಕೆಟ್ಟ ಹವ್ಯಾಸ ಹೊಂದಿರುವನು ಎನ್ನುವುದು ಬಿಟ್ಟರೆ ಎಲ್ಲವೂ ಚೆನ್ನಾಗಿತ್ತು.

[ಹಗಲು ಕಳೆದನಂತರ ಕತ್ತಲು ಬರಲೇಬೇಕು, ಸೂರ್ಯನ ನಂತರ ಚಂದಿರ ಬೆಳಕನ್ನು ನೀಡಲೇಬೇಕು ,ಹಾಗೆಯೇ ಒಂದು ಮನೆ ಎಂದ ಮೇಲೆ ಸುಖ-ದುಃಖ ಸಾವು ನೋವು ಸಹಜ .ಖುಷಿಯ ಮನೆಯಲ್ಲಿ ಸಂತೋಷ ಮರೆಮಾಚಿ ಕತ್ತಲಿನ ಕಡೆ ಮುಖಮಾಡಿತು] ಒಂದು ದಿನ ಕುಡಿದ ನಶೆಯಲ್ಲಿ ಫ್ಯಾಕ್ಟರಿಯಲ್ಲಿ ಕೆಲಸ ಮಾಡುವ ಕಾರ್ಮಿಕನ್ನೊಬ್ಬನ ಮೇಲೆ ಖುಷಿಯ ಮಾವ ಕೈ ಮಾಡಿದ. ಈ ವಿಷಯ ತಿಳಿದು ಅವಳ ತಂದೆಗೆ ತುಂಬಾ ನೋವಾಗುತ್ತದೆ ಮತ್ತೊಂದು ಬಾರಿ ಹೀಗೆ ಆಗದಂತೆ ಇರಬೇಕೆಂದು ಎಚ್ಚರ ವಹಿಸುತ್ತಾರೆ. ಆದರೆ ಅವರು ಪದೇ ಪದೇ ಮನೆಗೆ, ಕೆಲಸದವರಿಗೆ ತೊಂದರೆ ಮಾಡತೊಡಗಿದ.

ಹುಡುಗರ ಜೊತೆ ಸೇರಿ ಇನ್ನೂ ಹಾಳಾಗುವುದನ್ನು ಕಂಡ ಕಾರ್ಮಿಕನೊಬ್ಬನ ಪೋಲೀಸ್ಗೆ ಕಂಪ್ಲೇಂಟ್ ಮಾಡುವವ, ಇದನ್ನು ಕಂಡು ಮನೆಯಲ್ಲಿ ಗಲಾಟೆ ಮಾಡುವನು. ಖುಷಿಯ ತಾಯಿ ನಮ್ಮನ್ನು ನಂಬಿ ಬಂದವರಿಗೆ ಮೋಸ ಆಗಬಾರದೆಂದು ಯಾವುದೇ ರೀತಿಯ ಸಹಾಯ ನಾವು ಮಾಡುವುದಿಲ್ಲವೆಂದು ಮನೆಯಿಂದ ಹೊರಹಾಕುವಳು..

ಕೆಲವು ವರ್ಷಗಳ ನಂತರ..

(ಸಾನಿಕಾ ಎಂದರೆ ಖುಷಿಯ ಸ್ನೇಹಿತೆ)

ಬಟ್ಟೆ ಕರೀದಿಗೆ ಎಂದು ಅಂಗಡಿಗೆ ಸಾನಿಕಾ ಮನೆಯವರು ಹೋಗಿದ್ದರು ಎಲ್ಲರೂ ಬಟ್ಟೆ ನೋಡುತ್ತಿದ್ದರು ,ಆದರೆ ಸಾನಿಕ ಮಾತ್ರ ಸುಮ್ಮನೆ ಕೂತಿರುವುದನ್ನು ಕಂಡು ಖುಷಿ ಅಲ್ಲಿಗೆ ಬರುವಳು.

ಅರೆ ...!ಸಾನು, ಅಲ್ಲಿ ಎಲ್ಲರೂ ಬಟ್ಟೆ ಆರಿಸುತ್ತಿದ್ದಾರೆ ನೀನು ಮಾತ್ರ ಯಾಕೆ ಇಲ್ಲಿ ಕೂತಿದ್ದೀಯಾ?

ಸಾನಿಕಾ- ಯಾಕೋ ಮನಸ್ಸು ಸರಿ ಇಲ್ಲ ಖುಷಿ ..

ಖುಷಿ- ಯಾಕೋ? ಏನಾಯ್ತು ?ಅಮ್ಮ ಏನಾದ್ರೂ ಅಂದ್ರಾ?

ಸಾನಿಕಾ- ಇಲ್ಲ .

ಖುಷಿ-ಇವಾಗ ಹೇಳ್ತೀಯೋ ಇಲ್ವೋ?

ಸಾನಿಕಾ-(ಅಳುತ್ತಾ), ಸಂಬಂಧಿಕರ ಹಿಂಸೆ, ಎಲ್ಲಿದ್ರು ಖುಷಿಯಾಗಿ ಇರೋಕೆ ಆಗ್ತಾ ಇಲ್ಲ.....

ಖುಷಿ- ಸ್ವಂತದವರೆ...ಆಗಲ್ಲ ,ಇನ್ನೂ ಸಂಬಂಧಿಕರು ಆಗ್ತಾರ! ಇದು ನಮ್ ಜೀವನ ,ನಾವು ನಡೆಯೋದೆ ದಾರಿ,

ನಾವು ಖುಷಿಯಾಗಿರಬೇಕು ಅಂದ್ರೆ ಬೇರೆಯವರ ಅನುಮತಿ ತೊಗೊಳೋದು ಏನು ಬೇಡ ಅಲ್ವಾ?

[ನಮ್ಮ ಕನಸುಗಳನ್ನು ನನಸು ಮಾಡಲು
ನಾವೇ ದಾರಿ ಹುಡುಕಬೇಕು
ಸ್ವತಹ ನಾವೇ ದಾರಿಯಾಗಬೇಕು
ಕನಸುಗಳು ಇರುವುದು ಒಂದು ಕಲ್ಪನಾ ಜಗತ್ತಿನಲ್ಲಿ
ತನ್ನಷ್ಟಕ್ಕೆ ತಾನೇ ನಿಜವಾಗುವುದಿಲ್ಲ].. ಅದನ್ನೆಲ್ಲ ಮರೆತು ಮುಂದೆ ಸಾಗು.

ಸರಿ ಸಮಯವಾಯಿತು ನಾನಿನ್ನು ಹೊರಡಬೇಕು ..ಬರ್ತೀನಿ.

ಸಾನಿಕಾ-(ಮುಂದೆ ನಡೆಯುತ್ತಾ) such a glade hearted.

(ಸಾನಿಕಾ ಮನೆ)ಒಂದು ದಿನ ಖುಷಿ ಮತ್ತು ಸಾನಿಕಾ ಮಳೆಯಲ್ಲಿ ಆಡುತ್ತಿದ್ದರು .ಇವರ ಸಂತೋಷವನ್ನು ನೋಡಿದ ಖುಷ್ ,ಇವರ ಜೊತೆ ಸೇರಿದ.. ಮೂವರು ಹರಟೆ ಹೊಡೆಯುವರು(ಸಾನಿಕಾ ಮತ್ತು ಖುಷ್ ಒಂದೇ ಶಾಲೆಯವರು)

ಮರುದಿನ,(ಖುಷ್ ಸಾನಿಕಾ ಮನೆಗೆ ಬಂದ ಸಮಯ)

ಖುಷ್- (ಚಾಕ್ಲೇಟ್ಸ್ ಕೊಡುತ್ತಾ) ಥ್ಯಾಂಕ್ಯು ಸಾನಿಕ ಪುಟ್ಟ .

ಸಾನಿಕ - (ಸಂತೋಷದಲ್ಲಿ) ಅಣ್ಣ...

[ಪ್ರತಿದಿನವೂ ಹೀಗೇ ಮಾತನಾಡುತ್ತಾ, ಸಮಯ ಇದ್ದಾಗಲ್ಲೆಲ್ಲಾ ಕಾಣುತ್ತಾ, ಅವರ ಮಿತ್ರತ್ವವನ್ನು ಬೆಳೆಸುತ್ತಾ ಹೋದರು..]

ಖುಷ್ ತನ್ನ ಮುಂದಿನ ವಿದ್ಯಾಭ್ಯಾಸಕ್ಕಾಗಿ ಪಟ್ಟಣಕ್ಕೆ ಹೋಗುವನು ಆದ್ದರಿಂದ ಅವರಿಬ್ಬರೂ ದೂರವಾಗುತ್ತಾರೆ]

[ಆದರೂ ಅವರಿಬ್ಬರೂ ಒಬ್ಬರನೊಬ್ಬರನ್ನು ನೆನೆಯದೆ ಇರುವ ದಿನವೇ ಇಲ್ಲ, ಭಗವಂತನಲ್ಲಿ ಪ್ರತಿದಿನ ಮತ್ತೆ ಭೇಟಿಯಾಗುವಂತೆ ಬೇಡುತ್ತಿದ್ದರು]

ಒಂದು ವರ್ಷದ ನಂತರ ,

ದೇವರ ಮೇಲಿನ ನಂಬಿಕೆ ಸುಳ್ಳಾಗಲಿಲ್ಲ...

(ಖುಷ್ ಕಾಲೇಜಿಂದ ಮನೆಗೆ ಮರಳಬೇಕಾದರೆ ಗಾಡಿ ಕೆಟ್ಟು ನಿಂತಿದ್ದ, ಅವನನ್ನು ನೋಡಿದ ಖುಷಿಯೂ ಅವನು ಖುಷ್ ಎಂದು ತಿಳಿದು ಕಾರಲ್ಲಿ ಕರೆದುಕೊಂಡು ಹೋಗುವಾಗ..)

ಒಬ್ಬರನ್ನೊಬ್ಬರು ನೋಡಿದ ತಕ್ಷಣ ಏನು ಮಾತನಾಡುವುದಿಲ್ಲ, ಮನದೊಳಗೆ ಸಂತೋಷ....

ಖುಷ್- ಖುಷಿ ನೀನೇನು ಇಲ್ಲಿ?

ಖುಷಿ - ಗಿಟಾರ್ ಕಾಂಪಿಟೇಶನ್ ಪ್ರಾಕ್ಟಿಸ್ ಇತ್ತು ಹಾಗೆ ಬರಬೇಕಾದರೆ ನಿನ್ನ ನೋಡಿದೆ..

ಖುಷ್- ಹೊ..! ನಿನಗೆ ಗಿಟಾರ್ ಬರುತ್ತಾ ?ಸೊ ಸ್ವೀಟ್

ಖುಷಿ - ಹಾ,ಅಪ್ಪಂಗೆ ತುಂಬಾ ಇಷ್ಟ. ಮುಂದಿನ ತಿಂಗಳು ಕಾಂಪಿಟೇಶನ್ ಇದೆ ನೀನು ಕೂಡ ಬರಬೇಕು .ಇದು ನನ್ನ ನಂಬರ್...

(ಹೀಗೆ ಪ್ರತಿದಿನವೂ ಖುಷ್ ಮತ್ತು ಖುಷಿ ಭೇಟಿಯಾಗುತ್ತಿದ್ದರು).

ಒಂದು ತಿಂಗಳ ನಂತರ,(ಚಂದಿರ ಮೂಡುವ ವೇಳೆಗೆ)

ಕಾಂಪಿಟೇಷನ್ನಲ್ಲಿ ಖುಷಿ ನುಡಿಸಿದ ಟ್ಯೂನ್ ಎಲ್ಲರ ಮನಸ್ಸು ಗೆದ್ದಿತ್ತು, ಕ್ಯಾಂಡಲ್ ಹಿಡಿದು ಪ್ರೋತ್ಸಾಹಿಸಿದರು .ಎಲ್ಲರ ಪ್ರೀತಿ ಕಣ್ಣಲ್ಲಿ ಸೆರಿಯಾಯಿತು....

(ಕಾಂಪಿಟೇಶನ್ ಮುಗಿಸಿಕೊಂಡು ಹೊರಡುವಾಗ)

ಖುಷ್ - ಅಲ್ಲಾ ಖುಷಿ 5-6ವರ್ಷ ಆಯ್ತು ನೀನು ನಾನು ಪರಿಚಯವಾಗಿ, ನಾನು ನಿನ್ನ ಅಪ್ಪ-ಅಮ್ಮನ ನೋಡೇ ಇಲ್ವಲ್ಲ ...ಎಲ್ಲಿ ಇರ್ತಾರೆ ಅವ್ರು?

(ಚಂದಿರ ನೊಂದಿಗೆ ಹೆಜ್ಜೆಹಾಕುತ್ತಾ).. ನನ್ನ ಪ್ರಶ್ನೆಗೆ ನೀನು ಉತ್ತರ ನೀಡಲ್ಲಿಲ್ಲ . ಯಾಕೆ ನೀನು ಗಿಟಾರ್ ನುಡಿಸುವುದು ಅವರಿಗೆ ಇಷ್ಟ ಆಗುವುದಿಲ್ಲವೇ?

ಖುಷಿ- ನನ್ನ ಅಪ್ಪ ಅಮ್ಮ ಎಲ್ಲಿದ್ದಾರೆ ಎಂದು ಕೇಳಿದ್ದೆಲ್ಲ .(ಆಕಾಶದತ್ತ ಕೈ ತೋರಿಸುತ್ತಾ) ನೋಡು ಅಲ್ಲಿ ಇರ್ತಾರೆ ನನ್ನ ಅಪ್ಪ-ಅಮ್ಮ . ಅವರು ಯಾವಾಗಲೂ ನನ್ನೊಂದಿಗೆನೇ ಇರುತ್ತಾರೆ ,ನನ್ನ ಜೊತೆನೆ ಹೆಜ್ಜೆ ಹಾಕುತ್ತಾರೆ...

ಖುಷ್- (ಆಶ್ಚರ್ಯದಿಂದ)ಖುಷಿ!!

ಖುಷಿ-(ಕಣ್ಣಲ್ಲಿ ನೀರು ತುಂಬಿಕೊಂಡು) ನಮ್ಮದು ಪುಟ್ಟ ಫ್ಯಾಮಿಲಿ , ಅಪ್ಪ ಅಮ್ಮ ನಾನು.

ಅಪ್ಪ ಬಿಸಿನೆಸ್ ಎಂದು ತುಂಬಾ ದುಡಿದರು. ಅಮ್ಮ ಲಾಯರ್. ಕಾರ್ಮಿಕರು ಮಾವನ ಮೇಲೆ ಹಾಕಿದ ಕೇಸನ್ನು ಹಿಂದೆ ತೆಗೆಯೋಕೆ ಅಪ್ಪ-ಅಮ್ಮ ಸಹಾಯ ಮಾಡ್ಲಿಲ್ಲ ,ಬದಲಿಗೆ ಅಮ್ಮ ಮಾವನ ವಿರುದ್ಧ ಸಾಕ್ಷಿ ನೀಡಿದರು. ಕೋಪಗೊಂಡ ಮಾವ ಎಲ್ಲಾ ಆಸ್ತಿನು ನನ್ನ ಹೆಸರಿಗೆ ಬರಿಲಿಲ್ಲ ಅಂದ್ರೆ ನಿಮ್ಮನ್ನ ಜೀವಂತ ಇಡೊಲ್ಲ ಎಂದು ಎಚ್ಚರಿಸಿದ !..

ಅಪ್ಪ-ಅಮ್ಮ ತಲೆಕೆಡಿಸಿಕೊಳ್ಳಲಿಲ್ಲ ಒಂದು ದಿನ ರಾತ್ರಿ, ಅಪ್ಪ ನಾನು ಹೊರಗಡೆ ಹೋಗಿ ಮನೆಗೆ ಹಿಂತಿರುಗಿದಾಗ ಅಮ್ಮ ಬಿದ್ದಿದ್ದರು ನೋಡಿದರೆ ಕೊಲೆ...! (ಜೋರಾಗಿ ಅಳುತ್ತಾ)ಅಮ್ಮ... ಅಮ್ಮ ...ಅಮ್ಮ... ಎಷ್ಟು ಕೂಗಿದರೂ ಎದ್ದೇಳಲಿಲ್ಲ ನಮ್ಮನ್ನೆಲ್ಲ ಬಿಟ್ಟು ಹೋದರು.. ಆ ಸಮಯದಲ್ಲಿ ಅಪ್ಪನಿಗೆ ಏನು ಮಾಡಬೇಕೆಂದು ತಿಳಿಯಲಿಲ್ಲ, ಪೊಲೀಸರು ಕೂಡ ನಮ್ಮಿಂದ ಹುಡುಕಲು ಸಾಧ್ಯವಾಗುತ್ತಿಲ್ಲ ಎಂದು ಕೈಚೆಲ್ಲಿದರು.. ಅಲ್ಲಿಂದ ಅಂದೇ ರಾತ್ರಿ ನನ್ನ ಕರ್ಕೊಂಡು ಇಲ್ಲಿಗೆ ಬಂದರು ಸ್ನೇಹಿತರ ಮನೆಯಲ್ಲಿ ಇದ್ದೀವಿ ಆದರೆ ಮಾವ ಹುಡುಕುತ್ತಿದ್ದಾನೆ ದೊಡ್ಡ ಗ್ಯಾಂಗ್ ಇದೆ ಎಂದು ತಿಳಿದು ಅದಕ್ಕೆ ನನಗೆ ಏನು ಆಗಬಾರದೆಂದು ಪ್ಲಾಸ್ಟಿಕ್ ಸರ್ಜರಿ ಮಾಡ್ಸಿದ್ರು, ನೀನು ಈಗ ನೋಡ್ತಿರೋದು ಖುಷಿಯಲ್ಲ..ಒಂದು ಬಾರಿ ಅವಸರದಿಂದ ಅಪ್ಪನ ಫ್ರೆಂಡ್(ಅಂಕಲ್)ಆಸ್ಪತ್ರೆಗೆ ಕರೆದುಕೊಂಡು ಹೋದರು ಹೋಗಿ ನೋಡಿದರೆ ಆಕ್ಸಿಡೆಂಟ್ ಆಗಿತ್ತು ಅಪ್ಪಂಗೆ

...ಮಾತಾಡುತ್ತಿರಲಿಲ್ಲ. (ಗಾಬರಿಗೊಂಡು)ಅಪ್ಪ ಏನಾಯಿತಪ್ಪ? ನೋಡು ನನ್ನ ನೋಡು ...ಮೆಲ್ಲನೆ ಕಣ್ತೆರೆದ, ಜೋರಾಗಿ ಉಸಿರಾಡುತ್ತಾ, ಅಂಕಲ್ಗೆ ಬೇಜಾರ್ ಮಾಡಿಸಬೇಡ ಪುಟ್ಟ. ಯಾವಾಗಲೂ ಖುಷಿಯಾಗಿರಬೇಕು ನನ್ನ ಮಗಳು.. ಎನ್ನುತ್ತಲೇ ಕೈಬಿಟ್ಟರು,,, ಅಪ್ಪ... ಅಪ್ಪ ಎಷ್ಟು ಎಬ್ಬಿಸಿದರು ಎದ್ದೇಳಲೇ ಇಲ್ಲ...

ನಾನು ಯಾಕೆ ಇಷ್ಟೊಂದು ಖುಷಿಯಾಗಿರ್ತೀನಿ ಗೊತ್ತಾ?

ಆಕಾಶದ ತುದಿಯಲ್ಲಿ ನಿಂತು ಯಾವಾಗಲೂ ನನ್ನಪ್ಪ ನೋಡ್ತಾ ಇರ್ತಾರೆ..ನಾನು ಬೇಜಾರಾದ್ರೆ ಅವರು ಅಲ್ಲಿ ಕಣ್ಣೀರಾಕುತ್ತಾರೆ..ಹುಹು ಅವರ ನೋವಿಗೆ ನಾನು ಕಾರಣ ಆಗ್ಬಾರ್ದು... ಇಲ್ಲ ನಾನ್ ಯಾವತ್ತೂ ಅಳಬಾರದು... (ಕಣ್ಣೀರು ಹಾಕುತ್ತಾ)

ಖುಷಿ ಅನ್ನುವುದು ಕೇವಲ ಹೆಸರಿಗೆ ಮಾತ್ರ ,ನನ್ನ ಜೀವನದಲ್ಲಿ ಯಾವತ್ತು ಖುಷಿಯಿಲ್ಲ ..

ಖುಷ್- (ಮನಸ್ಸಿನಲ್ಲೇ)ಮನಸ್ಸಲ್ಲಿ ಇಷ್ಟೊಂದು ನೋವಾ ಖುಷಿ....

ನಾನಿದ್ದೀನಿ ಖುಷಿ ಅಳಬೇಡ ಆಯ್ತಾ..

ಆಕಾಶದತ್ತ ನೋಡುತ್ತಾ ನಿಂತರು..

LET THE DAYS GO BACK..

ಖುಷಿ[ನಮ್ಮಿಬ್ಬರ ಈ ಹೆಜ್ಜೆಯು
ಸ್ನೇಹದಲ್ಲಿ ಒಂದು ಇತಿಹಾಸ ಮೂಡಿಸಲಿ,
ಹಿಂದಿನ ದಿನಗಳತ್ತ ಗಮನ ಹರಿಯುತ್ತಿರುವ
ಈ ಮನವ ಸೆಳೆಯುವ ಸ್ನೇಹಿತ ನೀನು]
ಖುಷ್[ಇರುವೆ ನಾ ಎಂದಿಗೂ ಎಂದೆಂದಿಗೂ ನಿನ್ನ ನೆರಳಾಗಿ.
ಯಾವ ಜನ್ಮದ ಪುಣ್ಯವೋ ಸ್ನೇಹಿತೆಯಾದೆ ನೀ ಎನಗೆ
ಇರುವೇನಾ ಎಂದಿಗೂ ಎಂದೆಂದಿಗೂ]..

ಖುಷ್ ಹುಟ್ಟುಹಬ್ಬದ ದಿನ

ಸಾನಿಕಾ,ಖುಷಿ ಮತ್ತು ಸ್ಸಿದ್ಧಾರ್ಥ್ ಸೇರಿ ಖುಶ್ ಹುಟ್ಟಿದ ಹಬ್ಬವನ್ನು ಅದ್ದೂರಿಯಾಗಿ ಆಚರಿಸಬೇಕೆಂದು ಪ್ಲಾನ್ ಹಾಕಿದರು..

ಒಬ್ಬರನೊಬ್ಬರು ಪರಿಚಯವಾಗುತ್ತೆ ಎಲ್ಲರೂ ಬರ್ತಡೇ ಪಾರ್ಟಿಗೆ ಡೆಕೋರೇಟ್ ಮಾಡುತ್ತಾ ಕುಳಿತರು....

ಉಫ,..! ಎಲ್ಲಾ ರೆಡಿ...

ಕತ್ತಲಾಯಿತು ಚಂದಿರನು ಇವರ ಸಂತೋಷವನ್ನು ಗಮನಿಸುತ್ತಾ ಆಕಾಶದಲ್ಲಿ ನಾಚುತ್ತಿದ್ದನು ,ತಾರೆಗಳು ಮಿನುಗುತ್ತಾ ಅವರ ಆನಂದಕ್ಕೆ ಸ್ಪೂರ್ತಿ ನೀಡಿದವು ....

RED AND WHITE COLOR ARE SYMBOL OF HEART AND ITS FEELING

[ಸಮಯ ನಿಂತು ಹೋಗಲಿ,
ಇಲ್ಲೇ ಮನೆ ಮಾಡಲಿ,

ಆ ಮನೆಯು ಎಲ್ಲರ ಪ್ರೀತಿಗೆ ಕಾರಣವಾಗಲಿ

ಮುಂದೆ ಸಾಗಲಿ ಜೀವನ

ನಾನೇ ಹೋಗಿ ಓಡುತ್ತಿರೊ ಗಡಿಯಾರವನ್ನು ನಿಲ್ಲಿಸಲೇ?

ಸಮಯ ಇಲ್ಲಿ ನೆಲೆಸಲಿ]

(ಇದೇ ಸಮಯದಲ್ಲಿ ಖುಷಿಯೂ ತನ್ನ ಕಂಪನಿಯನ್ನು ಮುಂದುವರೆಸಲು ಸಹಾಯಮಾಡಲು ಕೇಳುತ್ತಾಳೆ)

ಖುಷ್- ಆದ್ರೆ ಒಂದು ಮಾತು...

ಎಂದಿಗೂ ನೀ ಜೊತೆ ಇದ್ದರೆ ಮಾತ್ರ...

(ಖುಷಿಯು ಮೌನವಾಗಿಯೇ ಉಳಿಯುತ್ತಾಳೆ)

[ಖುಷಿ ಅನ್ನೋದು ಪ್ರತಿಯೊಬ್ಬರ ಜೀವನದಲ್ಲೂ ಬೇಕಾಗಿರುವುದು.. ಅದನ್ನು ಹುಡುಕಬಾರದು, ಬದಲಿಗೆ ಒಬ್ಬರಿಂದ ಮತ್ತೊಬ್ಬರು ಹಂಚಬೇಕು .ಇರುವುದರಲ್ಲೇ ಖುಷಿಪಡುತ್ತಾ ನಮ್ಮ ಸುತ್ತಮುತ್ತಲಿನವರನ್ನು ಖುಷಿಯಾಗಿ ಕಾಣುತ್ತಾ ಮುಂದೆ ಸಾಗಬೇಕು,

ಆಗಲೇ ಜೀವನಕ್ಕೊಂದು ಅರ್ಥ, ಜೀವಕ್ಕೊಂದು ದಾರಿ..]

ಖುಷಿ-ಖುಷ್ (ಫೋನಿನಲ್ಲಿ ಮಾತಾಡ್ತಾ ಮಾತಾಡ್ತ)

ಖುಷಿ -ಖುಷ್ ಅಕಸ್ಮಾತ್ ನಾನು ನಿನ್ನ ಜೊತೆ ಮಾತನಾಡುವುದು ಬಿಟ್ಟರೆ ಏನ್ ಮಾಡ್ತೀಯಾ?

ಖುಷ್- ತುಂಬಾ ಸಂತೋಷವಾಗಿ ಇರ್ತೀನಿ ...ಅನ್ಕೊಂಡಿದ್ದೀಯಾ? ನನ್ನ ಕೈಯಲ್ಲಿ ಆಗಲ್ಲ... ನನ್ನ ಕೊನೆ ಉಸಿರು ಇರುವವರೆಗೂ ಯಾವಾಗಲೂ ಜೊತೆ ಇರ್ತೀನಿ.. ಈ ಎರಡು ಕಣ್ಣುಗಳು ನೀನು, ಕಣ್ಣಿಗೆ ಕಸ ಸೋಂಕಲು ಬಿಡುವುದಿಲ್ಲ ,ಹಾಗೆ ನಿನು..

ಖುಷಿ- ಅಲ್ಲಾ ಅಕಸ್ಮಾತ್ ನನಗೆ ಏನಾದ್ರೂ ಹೆಚ್ಚು ಕಮ್ಮಿ ಆದ್ರೆ ಅಂತ!

ಖುಷ್- ಏನಾಯ್ತೋ? ಯಾಕೆ ಹೀಗೆಲ್ಲ ಮಾತಾಡ್ತಾ ಇದ್ದೀಯಾ?ನಿಜಕ್ಕೂ ತುಂಬಾ ಕೋಪ ಬರ್ತಿದೆ..

ಖುಷಿ- ಅಲ್ಲ ..ಮಾತಿಗೆ ಕೇಳಿದ್ದು.

ಖುಷ್- ಸಾಕು.. ಅತಿಯಾಯ್ತು.

ಖುಷಿ- ಅಲ್ಲ ಅದು.....

(ಕಾಲ್ ಕಟ್ ಆಯ್ತು)

ಮತ್ತೆ ಎಷ್ಟು ಕಾಲ್ ಟ್ರೈ ಮಾಡಿದ್ರು ಖುಷ್ ರಿಸೀವ್ ಮಾಡುವುದಿಲ್ಲ ತಕ್ಷಣವೇ ಗಿಟಾರ್ ತೊಗೊಂಡು ಹೊರಟಳು, ಬೇಸರದಲ್ಲಿ ನಡು ರಸ್ತೆ ಮೇಲೆ ಗಿಟಾರ್ ನುಡಿಸುತ್ತಾ ಕೂತಳು..

ನಂತರ ಖುಷ್ ಎಷ್ಟು ಬಾರಿ ಕಾಲ್ ಮಾಡಿದರೂ ಖುಷಿ ರಿಸೀವ್ ಮಾಡುವುದಿಲ್ಲ ,ಗಾಬರಿಗೊಂಡು ಖುಷಿನಾ ಹುಡುಕುತ್ತಾ ಬಂದ..

ಖುಷಿ ಬೇಸರದಿಂದ ತುಂಬಾ ಕುಡಿಯುತ್ತಾ ಗಿಟಾರ್ ನುಡಿಸುತ್ತಾ ಕೂತಿದ್ದಳು...

ಖುಷ್ ಹುಡುಕುತ್ತ ಬಂದಾಗ ರಸ್ತೆಯಲ್ಲಿ ಸುಮಾರು ಜನ ಗುಂಪಿನಲ್ಲಿ ನಿಂತಿರುತ್ತಾರೆ! ಓಡಿಹೋಗಿ ನೋಡಿದರೆ ಕಣ್ಣೀರು ಹಾಕುತ್ತಾಗಿಟಾರ್ ನುಡಿಸುತ್ತಿದ್ದಳು ...

ಖುಷ್- ಖುಷಿ sry ಖುಷಿ ಇನ್ನೊಂದು ಸಲ ಹಾಗೆ ಹೇಳಲ್ಲ (ಎಂದು ನಡೆಯುತ್ತಾ ಹೋದರು)

(ಅವಳು ಕುಡಿದಿರುವುದನ್ನು ಕಂಡ ಖುಷ್ ಆಶ್ಚರ್ಯ ಪಟ್ಟನು)

ಖುಷಿ- (ಕುಡಿದ ಮತ್ತಿನಲ್ಲಿ) ಆಶ್ಚರ್ಯ! ಆಗಬೇಡ ಖುಷ್ ..ಅಪ್ಪ ತುಂಬಾ ನೆನಪಾದಾಗ ಸ್ವಲ್ಪ ಕುಡಿತಿನಿ ಅಷ್ಟೇ. ಇಷ್ಟೇ ಇಷ್ಟು..

ನಿನ್ಗೆ ಒಂದು ವಿಷಯ ಗೊತ್ತಾ? ನನ್ನ ಅಪ್ಪನಷ್ಟು ಯಾರು ಪ್ರೀತ್ಸಲ್ಲ.

ಆದರೆ ಪ್ರೀತ್ಸೋಕೆ ಈಗ ಅಪ್ಪನೆ ಇಲ್ಲ.. ಪ್ರೀತಿ ಅಂದ್ರೆ ಏನು ಅಂತ

ಕಲಿಸಿಕೊಟ್ಟರೆ ನನ್ನ ಜೊತೆಗೆ ಇಲ್ಲ.. ಇನ್ನು ಯಾರ ಬಳಿ ಪ್ರೀತಿ ಹಂಚಿಕೊಳ್ಳಲಿ.? ನಾನು ಪುಟ್ಟ ಹೆಜ್ಜೆ ಹಾಕಬೇಕಾದರೆ ಸಂತೋಷಪಡುತ್ತ , ನಾನು ಬಿದ್ದರೆ ಅವರೇ ಅಳ್ತಾ ಇದ್ರು,ಆದರೆ ಈಗ ನಾನು ಎಷ್ಟು ಅತ್ತರೂ, ನೊಂದುಕೊಂಡರು ,ನನ್ನ ಕಣ್ಣೀರು ಒರೆಸಲು ನನಗೆ ಅಪ್ಪ ಇಲ್ಲ.

ಕಾಲಿಗೆ ಗಾಯವಾದರೆ ವಾಸಿಮಾಡಬಹುದು ಆದರೆ ಮನಸ್ಸಿಗೆ ಗಾಯವಾದರೆ ಸಮಾಧಾನ ಮಾಡಲು ಯಾರದು ಬೇಕು.. ಆದರೆ ನನ್ನ ಹೃದಯದಲ್ಲಿರುವ ಅಪ್ಪ ಅನ್ನುವ ಗಾಯ ವಾಸಿಯಾಗಲ್ಲ ಚಿನ್ನು.... ಆಗಲ್ಲ....

[ತುತ್ತು ನೀಡಿದ ಅಮ್ಮ, ಹೆಗಲಮೇಲೆ ಕೂರಿಸಿಕೊಂಡು ಪ್ರಪಂಚವನ್ನು ತೋರಿಸಿದ ಅಪ್ಪ, ಇವರು ಪ್ರೀತಿ ಕೊಡುವ ಹಾಗೆ ಬೇರೆಯವರು ಕೊಡಲು ಸಾಧ್ಯವಿಲ್ಲ]

ಖುಷ್- ಇವತ್ತು ಯಾಕೆ ಇಷ್ಟೊಂದು ನೊಂದಕೊಳ್ಳುತ್ತಿದ್ದೀಯಾ... ಮನೆಯಲ್ಲಿ ಏನಾದ್ರು ಬೈದ್ರಾ....

ಖುಷಿ- ಬೈಯಲಿಲ್ಲ ಚಿನ್ನು.. ಆದ್ರೆ ಮನೆಯಿಂದಲೇ ಹೊರಹಾಕಿಬೇಟ್ರು...ನಾನೇನು ಮಾಡಿದ್ದೆ ಎಲ್ಲಿಗೆ ಅಂತ ಹೋಗ್ಲಿ ಈಗ.

ಖುಷ್- ನಿಂಗೆ ಯಾರು ಇಲ್ಲ ಅಂತ ಯಾಕೆ ಅಂಕೊಳ್ತೀಯಾ, ನಮ್ ಮನೆಗೆ ಹೋಗೋಣ ಬಾ..

ಖುಷಿ- ನಾನು ಎಲ್ಲಿಗೂ ಬರುವುದಿಲ್ಲ..

(ಜೋರಾಗಿ ಅಳುತ್ತಾ ತಲೆತಿರುಗಿ ಅಲ್ಲೇ ಬಿದ್ದಳು)

ಮರುದಿನ ಎಚ್ಚರವಾಗಿ ನೋಡಿದಾಗ ಖುಷ್ ಮನೆಯಲ್ಲಿದ್ದಳು..

ಖುಷ್- ಖುಷಿ ಎಚ್ಚರ ಆಯ್ತಾ... ಎದ್ದೇಳು ಬೇಗ ಎದ್ದು ರೆಡಿಯಾಗು,

ಹೊರಗಡೆ ಕರ್ಕೊಂಡ್ ಹೋಗ್ತೀನಿ..

(ಬೈಕಲ್ಲಿ ಹೋಗಬೇಕಾದರೆ)

ಖುಷ್- ಇವಾಗ ಹೇಗಿದೆ ತಲೆನೋವು?

ಖುಷಿ - ಹಾ..ಪರ್ವಾಗಿಲ್ಲ ,ಆದ್ರೇ ನಾವು ಇವಾಗ ಎಲ್ಲಿಗೆ ಹೋಗ್ತಾ ಇದೀವಿ ?

ಖುಷ್ - ಹೋದ್ಮೇಲೆ ಗೊತ್ತಾಗುತ್ತೆ ನಮ್ದು ಫಾರ್ಮ್ಹೌಸ್ ಇದೆ ಅಲ್ಲಿಗೆ ಕರೆದುಕೊಂಡು ಹೋಗ್ತಿದೀನಿ. ನಿಂಗು ಖುಷಿಯಾಗುತ್ತೆ..

(ಫಾರ್ಮ್ ಹೌಸ್ ಗೆ ಹೋದನಂತರ)

ಖುಷ್ ಬಂದಿರುವುದನ್ನು ಕಂಡು ಅವರ ತಾತ ಹೊರಬಂದರು.

ತಾತ-(ಸಂತೋಷಪಡುತ್ತ ತನ್ನ ಮೊಮ್ಮಗನ ತಲೆಯನ್ನು ಸವರುತ್ತ) ಖುಷ್ ಯಾವಾಗ ಬಂದೆ ?ಎಷ್ಟು ದಿನವಾಯಿತು ನಿನ್ನನ್ನು ನೋಡಿ. ಹೇಗಿದ್ದೀಯಾ ಮಗ?

ಖುಷ್- (ತಾತನ ಕಾಲಿಗೆ ನಮಸ್ಕರಿಸುತ್ತಾ),

ನೋಡು ಇವರು ನಮ್ ತಾತ ,ನಂಗೆ ಇವರೆ ಎಲ್ಲಾ... ಪ್ರತಿ ಕ್ಷಣ ನಾನು ಬರುವುದನ್ನೇ ಕಾಯುತ್ತಿರುತ್ತಾರೆ..

ಅಲ್ಲಿನ ವಾತಾವರಣಕ್ಕೆ ಮತ್ತು ಖುಷ್ ತಾತ ತುಂಬಾ ಖುಷಿಯಾಗಿದ್ದುದ್ದನ್ನು ನೋಡಿ ,ಇದರಿಂದ ಖುಷಿಗೂ ತುಂಬಾ ಸಂತೋಷವಾಯಿತು ಮನಸ್ಸಲ್ಲಿರುವ ದುಃಖವನ್ನೆಲ್ಲ ಮರೆತು ನಡೆದಳು..

ಖುಷ್-(ಇವಳ ಸಂತೋಷವನ್ನು ಕಂಡು ಮಾತನಾಡುತ್ತಾ) ಖುಷಿ ನಿನಗೆ ಇನ್ನೊಂದು ಸಂತೋಷದ ವಿಷಯ ನೀನು ನಿನ್ನೆ ನುಡಿಸಿದ ಟ್ಯೂನ್ ತುಂಬಾ ಹರಿದಾಡುತ್ತಿದೆ ಹಲವು ಆಫರ್ ಬರ್ತಾ ಇದ್ದಾವೇ.

(ಆದರೆ ಅದೇ ನ್ಯೂಸ್ ಇಂದ ಖುಷಿಯ ಮಾವನಿಗೆ ಅವಳ ಬಗ್ಗೆ ತಿಳಿತು)

(ಖುಷಿ ಖುಷ್ ಮರಳುತ್ತಾ)

ಬಹುದೂರ ಸಾಗುತ್ತಿದೆ ಪಯಣ.

ಗೆಳೆತನಕ್ಕು ಮೀರಿದ ಬಂಧನವಿದು

ಮನದೊಳಗೆ ನಗೆ ಮೂಡುತಿದೆ ಏಕೋ

ಮನಸ್ಸು ಜಾರುತಿದೆ ಏಕೋ

ಖುಷಿಯಾಗುತಿದೆ ಖುಷಿಯಿಂದ, ಕೇವಲ ಖುಷಿಯ ಪ್ರೀತಿಯನ್ನು ಪ್ರೀತಿಸಲು ಮನಸ್ಸು ಬಯಸುತ್ತಿದೆ..

(ಬಹುದೂರ ಸಾಗಿದ ಮೇಲೆ, ಎಳೆನೀರು ಕುಡಿಯುತ್ತಾ ಮಾತನಾಡುತ್ತಾ,ಹರಟೆ ಹೊಡೆಯುತ್ತಾ, ಸಂತೋಷಪಡುತ್ತಾ ನಿಂತರು.)

LET THE TIME STAY

Don't believe the person who says 'I love you'

But,

Believe the person who shows that 'They really loves you".

ಅಣ್ಣ ಅಲ್ಲಿ ನೋಡು, ನೀನು ಹುಡುಕುತ್ತಾ ಇರೋ ಖುಷಿ ,ನಿನ್ನ ಸೊಸೆ ಅವಳೇ

(ರೋಷದಲ್ಲಿ) ಹೌದಾ ಬಾ

ಬೇಡ-ಅಣ್ಣಾ ಅವಳಿಗೆ ಈಗ ತುಂಬಾ ಫ್ಯಾಂಸ್ ಸಪೋರ್ಟ್ ಇದೆ ಈಗ ಹೋದ್ರೆ ನ್ಯೂಸ್ ಆಗುತ್ತೆ ಫ್ರೆಂಡ್ಸ್ ಬೇರೆ ಇದ್ದಾರೆ(ನಿಲ್ಲಿಸುವನು).

[ಕುದಿಯುತಿದೆ ಮನ, ರಕ್ತವನ್ನು ಹರಿಸಲು

ಬಯಸುತಿದೆ ಮನ ರೋಷದಿಂದ ,ಕಿಚ್ಚಿನಿಂದ

ಸಂಬಂಧವೆಂದು ಲೆಕ್ಕಿಸದೆ ನಾಶ ಮಾಡಲು]

ಸ್ವಲ್ಪ ದಿನ ಕಳೆದ ನಂತರ,

ಹೀಗೆ ಖುಷಿ ಮತ್ತು ಖುಷ್ ಮಾತನಾಡುತ್ತಾ ಜಗಳವಾದುದರ ಕಾರಣ ಖುಷಿಗೆ ಬೇಜಾರಾಗಿ ಮರಳಿ ತಾತನ ಮನೆಗೆ ಹೋಗುವಳು..

ಖುಷ್ ಒಂದೆರಡು ದಿನಗಳು ಖುಷಿನಾ ಹುಡುಕುತ್ತಾ ನಂತರ ತಾತನ ಬಳಿ ನಡೆದ ವಿಷಯ ಹೇಳಲು ಓಡಿಬಂದನು.

ಖುಷಿ ಅಲ್ಲಿರುವುದನ್ನು ಕಂಡು ಕೋಪಗೊಂಡು, ಖುಷಿಗೆ ಹೊಡೆಯುವನು...ಖುಷಿ ಅಳುವುದನ್ನು ಕಂಡು ಮನಸೆಳೆದು ಎಷ್ಟು ಗಾಬರಿಯಾಗಿತ್ತು ಗೊತ್ತಾ ಹಾಗೆಲ್ಲ ಮಾಡಬೇಡ... sry

ಖುಷಿ- ಖುಷ್ ,ಬರ್ಬೇಕಾದ್ರೆ ಯಾರೋ ಹಿಂಬಾಲಿಸುತ್ತಿದ್ದರು ಎನಿಸಿತು ,ತುಂಬಾ ಗಾಬರಿಯಾಗುತ್ತಿದೆ!

ಖುಷ್- (ಮನಸ್ಸಿನಲ್ಲಿ, ನಿನ್ ಮಾವ ಹುಡುಕುತ್ತಿದ್ದಾರೆ)

ಏನು ಇಲ್ಲ ನಿನ್ನ ಭ್ರಮೆ ಅಷ್ಟೇ..

ತಾತನು ಇನ್ನೂ ಹೀಗೆ ಎಷ್ಟು ದಿನ ಅಂತ ಕಿತ್ತಾಡುತ್ತೀರಾ...

ಅವರ ಆಶೀರ್ವಾದದೊಂದಿಗೆ, ಇಬ್ಬರ ವಿವಾಹವಾಯಿತು...

ಖುಷಿ ಖುಷಿ ದಿನಗಳೆಲ್ಲ ಖುಷಿ ಇಂದ ಸಾಗುತ್ತಿದೆ

ನನ್ನ ಹಿಂದಿನ ದಿನಗಳನ್ನು ನೆನೆಯುತ್ತಾ ಇಂದಿಗೂ ಖುಷಿಯಾಗಿದ್ದೇನೆ.

ನಿನ್ನೆ ಪ್ರೀತಿಸುವೆ,

ನೀನು ನನ್ನ ನೆರಳಾದೆ ,

ಮನಸ್ಸಿನ ಅನುಭವಕ್ಕೂ ಮೀರಿದ ಹಾಗೆ ಪ್ರಪಂಚವು ಬಣ್ಣದ ಲೋಕದಲ್ಲಿ ತಿರುಗಿದೆ ಇಂದಿನಿಂದ ನೀನು ನನ್ನ ಜೊತೆ ಸೇರಿದೆ.

Let time stay ,Can I stop running clock

ಖುಷಿ-(His smile is like a countless stars in sky.)

ಭಗವಂತನಲ್ಲಿ ಕೈಜೋಡಿಸುತ್ತಾ ,

ಈ ಖುಷಿಯು ಪ್ರಪಂಚದಾದ್ಯಂತ ಹರಡಲಿ

ಆಕಾಶದಲ್ಲಿರುವ ನಕ್ಷತ್ರವಾಗಲಿ

ಆ ನಕ್ಷತ್ರವು ಎಲ್ಲರ ಮನಸ್ಸಿನಲ್ಲಿ ಪ್ರೀತಿ ಹುಟ್ಟಲು ಕಾರಣವಾಗಲಿ ಇಂದಿಗೆ ,ಸಾವು ಬಂದರು ಅದನ್ನು ಪ್ರೀತಿಯಿಂದ ಸ್ವೀಕರಿಸುವೆ ಜೀವನಕ್ಕೆ ಇದೆ ಸಾಕು..

ಕಂಪನಿಗೆ ಖುಷ್ ಕೂಡ ಕೈ ಹಾಕಿರುವುದರಿಂದ ಖುಷಿ ಕಂಪನಿಲಿ ಡಬಲ್ ಪ್ರೋಫೆಟ್ ಆಯಿತು..

ಖುಷಿ ಖುಷ್ಗೆ ಕಾಲ್ ಮಾಡಿ

ಖುಷಿ- ಬೇಗ ರೆಡಿಯಾಗಿ ಬಾ ನಿನಗೊಂದು ಸರ್ಪ್ರೈಸ್ ಇದೆ...

(ಖುಷ್ ಬಂದನಂತರ)

ನಿನನ್ನಿಂದ ನಮ್ಮ ಕಂಪನಿ ಇನ್ನೂ ಎತ್ತರಕ್ಕೆ ಹೋಗಿದೆ, ಅದೇ ಪ್ರಾಫಿಟ್ಟಿಂದ ಒಂದು ಅನಾಥಾಶ್ರಮ ತೆರೆದು, ನಮ್ಮಂತಹ ಸಾವಿರಾರು ಮಕ್ಕಳಿಗೆ ಆಶ್ರಯ ನೀಡಬೇಕು...ಖುಷ್ ಪ್ಲೀಸ್ ಬೇಡ ಅನ್ಬೇಡ..

ಖುಷ್- ನಿನ್ನ ಇಚ್ಚೆ.. ಇಂತಹ ಒಳ್ಳೆ ಕೆಲಸ ಮಾಡುವಾಗ ಬೇಡ ಅನ್ನೋಕೆ ಆಗುತ್ತಾ?

ಪುಟ್ಟ ಮಕ್ಕಳೊಂದಿಗೆ ಖುಷಿ ಸಂತೋಷವಾಗಿರುವುದನ್ನು ಕಂಡು ಕಣ್ಣು ತುಂಬಿಬಂದಿತ್ತು

"ನಮ್ಮ ನೆರಳು "

A smile worth hundred words...but,
her smile is worth every bit of a million...

ಖುಷ್ ಮನೆಗೆ ಒಂದು ಪೋಸ್ಟ್ ಬರುತ್ತೆ,

ಖುಷ್ ಇಸ್ಕೊಂಡು ಓದ್ತಾನೆ ,

(ತುಂಬಾ ಸಂತೋಷದಿಂದ)ಖುಷಿ ಖುಷಿ ಮೊನ್ನೆ ನೀನು ನುಡಿಸಿದ ಟ್ಯೂನ್ ಇಷ್ಟ ಆಗಿ ಮ್ಯೂಸಿಕ್ ಆಲ್ಬಂ ಮಾಡೋಕೆ ತಿಳಿಸಿದ್ದಾರೆ.

ಖುಷಿ- ನಿಜವಾಗ್ಲೂ !ಎಲಿ ಕೊಡು (ಇಸ್ಕೊಂಡು)ಕೂಗಾಡ್ತಾ ಮನೇಲಿ ಸಂತೋಷ ತುಂಬುತ್ತೆ..

(ಇದೇ ರೀತಿ ಖುಷಿ ಹೆಸರು ಹಬ್ಬುತ್ತಾ ಹೋದಂತೆ ಅವಳ ಮಾವಗೆ ಸುಳಿವು ಸಿಗುತ್ತದೆ)

(ಆಫೀಸಲ್ಲಿ ಏನೊ ಪ್ರಾಬ್ಲಮ್ ಆಗಿರುತ್ತೆ ಇಬ್ಬರು ಆಫೀಸಿಗೆ ಹೋಗಿ ಬರುವಾಗ)

ಖುಷಿ- ಖುಷ್ 1 ಐಸ್ ಕ್ರೀಂ ಪ್ಲೀಸ್..

ಖುಷ್- ಆರೋಗ್ಯ ಹಾಳಾಗುತ್ತೆ ಬೇಡ..

ಖುಷಿ- ಮುಂಚೆ ಏನು ಕೇಳಿದ್ರೂ ಕೊಡುತ್ತಿದ್ದೆ ಈಗ ಏಕೆ ಬೇಡ? ನಂಗೆ ಬೇಕು ಅಷ್ಟೇ..

ಖುಷ್- ಹಠ ಬಿಡೋಲ್ಲ ಅಲ. ಸರಿ ,ಇಲ್ಲೇ ಇರು ನಾ ತರ್ತೀನಿ

ಖುಷ್- ಬೇಡ ನಾನೇ ತರ್ತೀನಿ, ನೀನಿಲ್ಲೇ ಇರು .ದುಡ್ಡು ಕೊಡು.

(ಇಸ್ಕೊಂಡು ಹೋಗುವಳು)..

ಖುಷ್- ಹೇ ಹೇ ಖುಷಿ ಹುಷಾರು ,ನಿಧಾನ..

ಖುಷಿ ಐಸ್ ಕ್ರೀಮ್ ತಗೊಂಡು ಬರ್ತಾ ಇರ್ಬೇಕಾದ್ರೆ

ಖುಷ್- ಖುಷಿ,,ಖುಷಿ,,,(ಎಂದು ಕೈ ಮಾಡುತ್ತಾ ಓಡಿ ಬರ್ತಾ ಇದ್ದನು)

ಖುಷಿ(ಮನಸ್ಸಿನಲ್ಲಿ) ಯಾಕೆ ಹೀಗೆ ಓಡಿ ಬರ್ತಾ ಇದ್ದಾನೆ? ಏನು ಗೊತ್ತಾಗ್ತಿಲ್ಲ..

ಖುಷ್ ಓಡಿಬಂದರು ಪ್ರಯೋಜನವಾಗದೆ ಲಾರಿ ಖುಷಿ ಮೇಲೆ ಹೊಡೆಯಿತು (ಆಕ್ಸಿಡೆಂಟ್)

ಬಂದು ನೋಡಿ (ಗಾಬರಿಯಿಂದ),ಖುಷಿ ,,ಖುಷಿ ,,ಎದ್ದೇಳು ಖುಷಿ , ಏನಾಯಿತು ಖುಷಿ..

ಮೆಲ್ಲನೆ ನಡೆದು ರಕ್ತ ಚಿಮ್ಮಿರುವುದನ್ನು ಕಂಡು ಖುಷಿ.... ಎನ್ನುತ್ತಲೆ ಮೂರ್ಛೆ ಬಿದ್ದನು...

ಸುತ್ತಲೂ ನಿಂತಿಹರು ಜನ

ಯಾರೊಬ್ಬರೂ ಕೂಡ ಬರಲಿಲ್ಲ ಸಹಾಯಕ್ಕೆ

ಆಫೀಸ್ ಹತ್ತಿರನೇ ಇರುವುದರಿಂದ ,

ಆಫೀಸ್ ನಾ ಕೆಲಸಗಾರ ನೊಬ್ಬನು

ನೋಡಿ ಬಂದರು...

ಆಸ್ಪತ್ರೆಯಲ್ಲಿ ಖುಷ್ ಏನು ಮಾಡಬೇಕೆಂದು ತೋಚದೆ ,ತನ್ನ ತಾತಾಗೆ ಕರೆ ಮಾಡಿದನು

ವಿಷಯ ತಿಳಿದ ತಾತ ಮುಖ ಸ್ತಬ್ಧರಾದರು!

ಡಾಕ್ಟರ್ ಬಂದರು..

ಖುಷ್- (ಅಳುತ್ತಾ) ಡಾಕ್ಟರ್.. ಡಾಕ್ಟರ್ ... ಹುಷಾರಾಗಿದ್ದಾಳೆ ಅಲ್ವಾ?

ಡಾಕ್ಟರ್- ಸಮಾಧಾನವಾಗಿರಿ ಖುಷಿಯ ತಲೆಗೆ ಬಲವಾದ ಪೆಟ್ಟು ಬಿದ್ದಿರುವುದರಿಂದ ಏನು ಹೇಳೋಕೆ ಆಗ್ತಾ ಇಲ್ಲ, ದೇವರಲ್ಲಿ ಪ್ರಾರ್ಥಿಸಿ

ಖುಷ್- (ಮೆಲ್ಲನೆ ಧ್ವನಿಯಲ್ಲಿ) ಖುಷಿ...

ಎನ್ನುತ್ತಾ ಮತ್ತೆ ಮೂರ್ಛೆ ಬಿದ್ದನು..

WORLD IS MOVING ON SILENCE

ಎಲ್ಲಾವೂ ನಿಶಬ್ದವಾಗಿ ಸಾಗುತ್ತಿದೆ ಎನಿಸಿತು....

ಖುಷ್ ಕಣ್ಣು ಬಿಟ್ಟು ನೋಡಿದಾಗ ತಾತ ಕಣ್ಣೆದುರು ಕುಳಿತಿದ್ದರು.. ಬಳಿಬಂದು ಖುಷ್
ಎಂದಾಗ,,

(ಕಣ್ಣೀರು ಹಾಕುತ್ತಾ) ತಾತಾ.....ತಾತ... ಖುಷಿ

ತಾತಾ- (ತಲೆ ಸವ್ರುತ್ತಾ, ಕಣ್ಣೀರು ಹಾಕುತ್ತಾ) ಸಮಾಧಾನ ಮಾಡಿಕೋ ಪುಟ್ಟ
,,ನೀನು ಚೆನ್ನಾಗಿ ಇದ್ದಷ್ಟು ಖುಷಿನಾ ಉಳಿಸಬಹುದು ಎಂದು ಹೇಳಿದ್ದಾರೆ ಡಾಕ್ಟರ್...
ನೆನೆಯುತ್ತಾ,,, ಬೇಡುತ್ತಾ...

ಮನಸ್ಸು ನೊಂದಿದೆ

ಕಣ್ಣಲ್ಲಿ ಕಂಬನಿ ಬರುತ್ತಿದೆ

ಎಲ್ಲಿ ನೋಡಿದರೂ ನಿನದೇನೆನಪು

ನೊಂದು ಬೇಯುತಿದೆ ಈಮ ನ

ದಯವಿಟ್ಟು ಮರಳಿ ಕೊಡು ಖುಷಿಯನು

ಹೊರಪ್ರಪಂಚವನ್ನು   ಪರಿಚಯಿಸಿದ   ನೀನೇ ಮಾಯವಾದರೆ ಬರಿಗಣ್ಣಿನಿಂದ
ಪ್ರಪಂಚವನ್ನು ಒಂಟಿಯಾಗಿ ಹೇಗೆ ನೋಡಲಿ

ಮನಸ್ಸು ನೊಂದಿದೆ....

Let the days go back.....

ಖುಷ್ ಡಾಕ್ಟರ್ ನ ನೋಡಿ

ಖುಷ್- ಡಾಕ್ಟರ್ ಈಗ ಖುಷಿ ಹೇಗಿದ್ದಾಳೆ?

ಡಾಕ್ಟರ್ - ಏನು ಹೇಳೋಕೆ ಆಗ್ತಿಲ್ಲ ,ಒಂದೊಂದುಸಲ ಮೆಡಿಸಿನ್ ಬಾಡಿಲಿ ವರ್ಕ್
ಮಾಡಲ್ಲ ! ಒಂದು ತಿಂಗಳು ಆದ್ರೂ ಎಚ್ಚರ ಆಗಿಲ್ಲ ಅಂದ್ರೆ, SHE IS IN MILD COMA
STAGE..

BETTER TO TAKE HOME,

ಸಾಧ್ಯವಾದಷ್ಟು ಖುಷಿಯಾಗಿ ನೋಡ್ಕೊಳ್ಳಿ ,ನೋಡೋಣ ಆ ಭಗವಂತನ ಇಚ್ಛೆ....(
ಏನು ದಿಕ್ಕುತೋಚದೆ ಭಗವಂತನ ಮೇಲೆ ಭಾರ ಹಾಕಿ ಮನೆಗೆ ನಡೆದರು)

ಖುಷ್ (ಖುಷಿಯ ಬಳಿ) ಖುಷಿ, ಪ್ರತಿದಿನ ಹುಟ್ಟು ಸೂರ್ಯ ಚಂದಿರನಂತೆ ಪ್ರತಿದಿನವೂ ನೆನೆಯುತ್ತಿರುವೆ ,ಖುಷಿ ಇಲ್ಲ ಅಂದರೆ ನನ್ನ ಜೀವನವನ್ನು ಕಲ್ಪಿಸಲೂ ಅಸಾಧ್ಯ...

ನನ್ನ ಜೀವನದ ಪ್ರತಿಯೊಂದು ಹೆಜ್ಜೆಯೂ ನಿನ್ನ ನೆನಪಿನೊಂದಿಗೆ ಇದೆ..

[ಮನದೊಳಗೆ ಕಂಬನಿ ಮೂಡುತಿದೆ
ಮನಸ್ಸು ಜಾರುತಿದೆ ಪ್ರೀತಿಯ ಕಡೆ
ಬಯಸುತಿದೆ ಪ್ರೀತಿಯನು
ಬಯಸುತಿದೆ ಖುಷಿಯನು]

ಒಂದೆರಡು ದಿನಗಳು ಹೀಗೆ ಕಳೆದವು ಖುಷ್ ಕಂಬನಿ ಹಾಕುತ್ತಾ ಖುಷಿ ಎಂದು ಮೆಲ್ಲನೆ ಹೇಳುವಾಗ ಖುಷಿಯೂ ಖುಷ್ ನ ಕೈ ಹಿಡಿದುದ್ದನ್ನು ಕಂಡು ಸಂತೋಷಪಡುತ್ತ,,, ಆಶ್ರಮದ ಪುಟ್ಟಮಕ್ಕಳು ಬೇಗ ಹುಷಾರಾಗಲಿ ಎಂದು ಬೇಡುತ್ತಾ ನಿಂತರು

ಖುಷ್ ಖುಷಿಯನ್ನು ಪುಟ್ಟ ಮಗುವಿನಂತೆ ನೋಡಿಕೊಳ್ಳಲು ಶುರು ಮಾಡಿದ ,.ಖುಷಿ ಪ್ರೀತಿಸಿದ ಅನಾಥಾಶ್ರಮದಲ್ಲಿ ಕಾಲ ಕಳೆಯುತ್ತಾ ನಡೆದನು . ..

ಖುಷ್ - ಖುಷಿ,, ನೋಡು ,ನೋಡು,.. Tom and jerry ಬರ್ತಿದೆ ನಿನಗೆ ತುಂಬಾ ಇಷ್ಟ ಅಲ್ವಾ ಕಾರ್ಟೂನ್ ...

ಖುಷ್- (ಕನ್ನಡಿ ಮುಂದೆ ಖುಷಿನಾ ರೆಡಿ ಮಾಡ್ತಾ) ನಿನಗೆ ಈ ಮೇಕಪ್ ಓಕೆ ಅಲ್ವಾ ,,ಚೆನ್ನಾಗಿ ಕಾಣ್ತಿಲ್ವಾ ? ಹೋಗೋ, ನೀನು ಏನು ಮಾತಾಡಲ್ಲ.. ಸರಿ ಬೇಗ ಹುಷಾರಾಗು ನೀನು ನನ್ಗೆ ಇದಕ್ಕೂ ಡಬ್ಬ ಮೇಕಪ್ ಮಾಡುವಂತೆ...

ನಿಂಗೆ ನನ್ ದೃಷ್ಟಿಯೇ ಬೀಳುತ್ತೆ ,,ನನ್ನ ಮುದ್ದು ಮರಿ....

(Calling bell)

ಇರು ಖುಷಿ ಹೋಗಿ ಯಾರು ಎಂದು ನೋಡಿಕೊಂಡು ಬರ್ತೀನಿ .. (ಖುಷ್ ಹೊರ ಹೋಗಿ ಬರುವಷ್ಟರಲ್ಲಿ ಖುಷಿ ಬಿದ್ದಿರುತ್ತಾಳೆ)

ಖುಷ್- ಖುಷಿ ನೋಡು ನಿನಗೋಸ್ಕರ ಏನ್ ತರಿಸಿದ್ದೇನೆ

(ಬಿದ್ದಿದ್ದನ್ನು ಕಂಡು ಖುಷಿ ಏನಾಯ್ತು...)

ಖುಷ್- ಡಾಕ್ಟರ್ ಏನಾಯ್ತು?

ಡಾಕ್ಟರ್ - ಇನ್ನು ಏನು ಹೇಳೊಕಿಲ್ಲ ಖುಷ್, counting of days..!

ಖುಷಿ -ಖುಷ್ ಬರುವ ದಾರಿಯನ್ನೇ ಕಾಯುತ್ತಿದ್ದ ಪುಟ್ಟಮಕ್ಕಳು ಓಡಿಬಂದು ಗುಂಪಾಗಿ ನಿಂತರು..

ನೋಡು ಖುಷಿ ಮಕ್ಕಳ ಪ್ರೀತಿನಾ ,ನೀನು ಬೇಗ ಹುಷಾರಾಗ್ಲೀ ಅಂತ ದೇವರ
ಮಕ್ಕಳು ಕೂಡ ಬೇಡುತ್ತಿದ್ದಾರೆ...

ಖುಷಿ ನಿನ್ನ ಇವತ್ತು ಒಂದು ಸ್ಪೆಷಲ್ ಜಾಗಕ್ಕೆ ಕರ್ಕೊಂಡು ಹೋಗ್ತೀನಿ , ಆಜಾಗ
ನೋಡಿದ್ರೆ ನಿನಗೆ ತುಂಬಾ ಇಷ್ಟ ಆಗುತ್ತೆ...

ಖುಷ್- ಪುಟ್ಟ ನಿಂಗೆ ನೆನಪಿದೆನ..

ನೆನೆಯುತ್ತ

[ಖುಷಿ- ಖುಷ್ ನಿಂಗೆ ಒಂದು ಪ್ರಶ್ನೆ,,

ಖುಷ್- ಹೇಳಪ್ಪ

ಖುಷಿ- ಖುಷ್ - ಖುಷಿ ಅಲ್ಲಿ ಇರೋ । ಅಂದರೆ ಏನು?

ಖುಷ್- I love you soooo much ಅಂತ

ಖುಷಿ- ಕೋತಿ ಅಲ್ಲ

I will be with you forever........]

ಖುಷ್- I will be with you forever ...

(ಅಳುತ್ತಾ) ಇಷ್ಟೇ ದಿನ ಅಂತ ಗೊತ್ತಿರಲಿಲ್ಲ ಖುಷಿ ....ಪ್ಲೀಸ್ ಖುಷಿ ಮಾತಾಡು
...ನನಗೆ ಆಗ್ತಿಲ್ಲ,,,,,(ಜೋರಾಗಿ ಅಳುತ್ತಾ)ಖುಷಿ..

ಆಕಾಶನೋಡುತ್ತಾ ,

Let the days go back..
ಕೆಲವು ವರ್ಷಗಳ ನಂತರ,

End Of Life But Not Love
It Is Still Alive With Me
She Is One Who Listens To My Soul
One Who Shared Sorrows..

ನಿನ್ನೊಂದಿಗೆ ಸಾಗುತಿದೆ ಈ
ಪಯಣ
ನಿನ್ನ ನೆನಪಿನ ದೋಣಿಯಲಿ
ಸಾಗುತಿದೆ ಈ ಮನ.
ಆದರು
ಕಳೆದುಕೊಳ್ಳುತ್ತಿರುವ ನಿನ್ನ
ಏಕೆಂದರೆ,ನೀ ನನ್ನೊಂದಿಗೆ
ಇದ್ದಿದ್ದರೆ ಇನ್ನೂ ದಾರಿಯು
ಸಾಗುತ್ತಿತ್ತು ನೆನಪಿನ ಕಡೆಗೆ.
ನನ್ನ ಆತ್ಮವು ಇನ್ನೂ ನಿನ್ನ
ಮಾರ್ಗದತ್ತ ಗಮನಿಸುತಿದೆ.
ನಿನ್ನ ಜೊತೆ ಸಾಗುತ್ತಿದೆ ಈ
ಪಯಣ, ಒಂದಿಷ್ಟು
ಸಂತೋಷದಿಂದ,
ನನ್ನ ಹೃದಯವು ಇನ್ನು
ನಿರೀಕ್ಷೆಯಲ್ಲಿ ಸಾಗುತಿದೆ,
ನೀನು ಮರಳುವೆ ಎಂದು.
ನಿಜವೆಂದರೆ ,ನಿನ್ನ
ನೆನಪುಗಳು ಮಾತ್ರ
ಮರಳುತ್ತಿವೆ ಪದೇ ಪದೇ.
ಆದರು, ಅದು ನೀನಲ್ಲ..
ನಿನ್ನ ನೆನಪಿನ ದೋಣಿಯಲಿ
ಸಾಗುತಿದೆ..
Dravya l kariyapplar

ದ್ರವ್ಯ.ಎಲ್ ಕರಿಯಪ್ಪಲರ್

ಭಾಗ-೧

ಆಯುಷಿ - (ದೇವರ ಬಳಿ ಬೇಡುತ್ತಾ) ಹೇ ಭಗವಂತ, ನಮ್ ಮನೇಗೆ ಖುಷಿ ಮರಳೋಹಾಗೆ ಮಾಡು. ಪ್ರತಿ ದಿನ ನಿನ್ನ ಬಳಿ ನನ್ನ ಬೇಡಿಕೆ ಬದಲಾಗಲ್ಲ, ಹದಿನಾಲ್ಕು ವರ್ಷದಿಂದ ಮರೆತು ಹೋಗಿರೋ ಸಂತೋಷ ಮರಳಿ ಕೊಡು. ಮತ್ತೆ ಎಲ್ಲರು ಒಂದಾಗೋಹಾಗೆ ಮಾಡು .

ಅವಾಗ ತಾನೆ ನನ್ ಖುಷಿಮಾ ಆಕಾಶದಲ್ಲಿ ಸಂತೋಷದಿಂದ ಇರೋದು. ಹುಂ? ಸ್ಮೈಲ್...

(ಬೆಂಗಳೂರ್ ಆಫೀಸ್ಗೆ ಫೋನ್ ಮಾಡುವಳು)

ರಿಸೆಪ್ಷನಿಸ್ಟ್ - Hlo, ashwin company here.

ಆಯುಷಿ - ಹಲೋ, ನಾನು ಆಯುಷಿ. ಅಶ್ವಿನ್ ಅವ್ರು ಇಂಡಿಯಾಗೆ ರಿಟರ್ನ್ ಆದ್ರ?

ರಿಸೆಪ್ಷನಿಸ್ಟ್ - sorry mam ಇನ್ನು ಬಂದಿಲ್ಲ.

ಆಯುಷಿ - (ಬೇಸರದಿಂದ)ಹೌದ, thank you.

(ಜೋರಾಗಿ ಮಳೆ ಬರುತ್ತಿತ್ತು).

ಆಯುಷಿ ಮಳೆಯನ್ನು ಗಮನಿಸುತ್ತಾ ಕಿಟಕಿ ಹತ್ತಿರ ಕೂತಿದ್ದಳು.

ಖುಷ್- ಮಗಳೇ ಆಯುಷಿ ಯಾಕೆ ಹೀಗೆ ಕೂತಿದ್ದೀಯಾ ಪುಟ್ಟಾ.?

ಆಯುಷಿ - ಅಪ್ಪ ಈ ವಾತಾವರಣ ನೋಡು, ಖುಷಿ ಇಲ್ಲ ಸಂತೋಷ ಕೊಡುತ್ತಿಲ್ಲ...! ಮಳೆ ಸಂತೋಷದ ಸೂಚನೆ ಯಾದರೂ, ಖುಷಿಮಾ ಇಲ್ಲದ ಈ ಮನೆ,ಮನ ಕಗ್ಗತ್ತಲಾಗಿದೆ ...

. ಕೇವಲ ಖುಷಿಮಾ ನುಡಿಸುತ್ತಿದ್ದ ಸ್ವರಗಳು ಕೇಳುತ್ತೇವೆ ಆದರೆ ಆ ಸ್ವರಗಳಲ್ಲಿ ಖುಷಿಯೇ ಇಲ್ಲ..

(ಖುಷ್ ಮೌನದಿಂದ ಹೊರ ನಡೆಯುತ್ತಾ ಹಿಂತಿರುಗಿ),

ಖುಷಿ ಅನ್ನೋದು ತಾನಾಗೆ ಹುಟ್ಟೋದಿಲ್ಲ ಪುಟ್ಟ. ನಮ್ಮಿಂದ ಬೇರೆಯವರಿಗೆ ಹಂಚೊ ಅಂತಹದ್ದು ,ಅವರ ಸಂತೋಷ ಕಂಡು ನಮಗೆ ಮನತೃಪ್ತಿಯಾಗುವುದು ಅದೇ ಖುಷಿ.....

ಖುಷಿ ಯಾವಾಗ್ಲೂ ಹೇಳ್ತಿದ್ಲು, ಪ್ರತಿ ಕ್ಷಣವನ್ನು ಖುಷಿಯಿಂದ ಕಾಣಬೇಕು .ಏಕೆಂದರೆ ,ಸಮಯ ಎಂದಿಗು ಹಿಂತಿರುಗುವುದಿಲ್ಲ..

‘

ಕೆಲವು ದಿನಗಳ ನಂತರ,

ಆಯುಷಿ ಪ್ರಕೃತಿಯನ್ನು ಗಮನಿಸುತ್ತಾ ನಡೆಯುತ್ತಾ,.....

ಈ ಪ್ರಕೃತಿ ಎಷ್ಟು ನಗ್ -ನಗ್ತಾ ಇದೆ, ಹೌದು ಅಪ್ಪ ಹೇಳಿದ್ದು ನಿಜ,

ನಾವು ಪ್ರೀತಿಯಿಂದ ಕಂಡರೆ ಪ್ರಕೃತಿಯೆ ನಾಚುವುದು..

ಖುಷಿಮಾಗೆ ಎಷ್ಟೇ ಕಷ್ಟ ಇದ್ದರೂ ಪ್ರತಿಕ್ಷಣ ಪ್ರೀತಿಯಿಂದ, ನಗು-ನಗುತ್ತಾ ಕಳೆದಳು.

ಅವರಿಬ್ಬರ ಪ್ರೀತಿಯ ನೆರಳಲ್ಲಿ ಬೆಳೆಯುತ್ತಿರುವ ನಾನು ಖುಷಿಯಾಗಿರಬೇಕು...

(ಸಂತೋಷದಿಂದ ತಿರುಗಿ ಗಾಳಿಗೆ ದುಪಟ್ಟವನ್ನು ಬಿಟ್ಟಳು).

ಹೊಸದಾರಿ ಎತ್ತ ಹೆಜ್ಜೆ ಹಾಕಲು

ಬಯಸುತ್ತಿದೆ ಈ ಮನ

ಮುಗುಳ್ನಗುತ್ತಾ , ಮನ

ಸಂತೋಷದತ್ತ ಸಾಗುತ್ತಿದೆ...

(ಅಶ್ವಿನ್ ಮುಖದಮೇಲೆ ದುಪಟ್ಟ), ಗಾಳಿ ಜೋರಾಯಿತು,

ಆಯುಷಿ ಾ- ಇದ್ದಕ್ಕಿದ್ದಂತೆ ವಾತಾವರಣ ಯಾಕೆ ಹೀಗೆ ಬದಲಾಯಿತು.

ಯಾಕೋ ಸಂಕಟ ಎನಿಸುತ್ತಿದೆ..

ಮನೆಗೆ ಓಡಿದಳು.

(ಅಶ್ವಿನ್ ದುಪ್ಪಟ್ಟ ತೆಗೆಯುತ್ತ)..

ಅಶ್ವಿನ್- ರಾಧಾ ...(FEELING, THAT NEVER END)..

ಖುಷ್ ಖುಷಿಯ ಫೋಟೋ ನೋಡುತ್ತಾ ನಿಂತಿದ್ದನು,

ಇದನ್ನು ಕಂಡು ಆಯುಷಿ ಭಗವಂತ ಎನ್ನುತ್ತಲೇ ದುಃಖಿತಳಾಗಿ ಒಳನಡೆದಳು...

(ಅಶ್ವಿನ್ ಅಂಕಲ್ ಎಂದು ಕೂಗುತ್ತಾ ಬಂದನು)

ಅಶ್ವಿನ್(-ಖುಷ್ ಅನ್ನು ನೋಡಿ ಭಾವುಕನಾಗಿ ಕಾಲಿಗೆ ನಮಸ್ಕರಿಸಿದನು).

ಖುಷ್- ಮಗು , ನೀನು..?

ಅಶ್ವಿನ್-ಅಯ್ಯೊ! ನಾನು ಅಂಕಲ್ ಅಶ್ವಿನ್ ಮರೆತುಬಿಟ್ರಾ..!

ಖುಷ್- (ತಲೆ ಸವ್ರುತ್ತಾ, ಭಾವುಕನಾಗಿ),ಅ..ಅ..ಅಶ್ವಿನ್..

(ಸಂತೋಷದಿಂದ,ಚೀರುತ್ತಾ) ಮಗಳೇ, ಆಯುಷಿ ... ಯಾರು ಬಂದಿದ್ದಾರೆ ನೋಡು ಬಾ,

ಆಯುಷಿ -(ಇಷ್ಟೊತ್ತಲ್ಲಿ ಯಾರ) ? ನೋಡೋಣ,

ಅಶ್ವಿನ್-(ಕಣ್ಣಿನಲ್ಲಿ ನೀರು ತುಂಬಿಕೊಂಡು) ರಾಧೇ....

ಹೇಗಿದ್ದೀಯಾ?

ಆಯುಷಿ -(ನನ್ನ ಈ ಹೆಸರಲ್ಲಿ ಕರೆಯೋದು)! (ಆಶ್ಚರ್ಯದಿಂದ)

ಅ.. ಅಶು..(ಖುಷಿಯಿಂದ ಕೂಗಾಡಿದಳು)..

ಎಷ್ಟು ವರ್ಷ ಆಯ್ತೋ ನಿನ್ನ ನೋಡಿ,.....

ಖುಷ್- ಸಾನಿಕ ಮತ್ತೆ ಸಿದ್ಧಾರ್ಥ್ ಹೇಗಿದ್ದಾರೆ? ಕಂಪನಿ ಹೇಗೆ ನಡಿತಿದೆ?

ಅಶ್ವಿನ್ - ಹಾ ಅಂಕಲ್ ಪರ್ವಾಗಿಲ್ಲ..

ಮಾತನಾಡುತ್ತಾ ಕೂತರು.

ಅಶ್ವಿನ್- ಸ್ವಲ್ಪದಿನ ಆರಾಮಾಗಿರಿ ಅಂಕಲ್ ನಾನೇ ನೋಡ್ಕೋತೀನಿ ಎಸ್ಟೇಟ್ ಎಲ್ಲಾ.

ಖುಷ್- 14ವರ್ಷಗಳ ನಂತರ ಬಂದಿದ್ದೀಯಾ.. ಆರಾಮಾಗಿರು..

ಅಶ್ವಿನ್ - ಕೈತುತ್ತು ನೀಡಿದ ಖುಷಿ, ಹೆಗಲ ಮೇಲೆ ಕೂರಿಸಿಕೊಂಡ ಖುಷ್ ಅವರ ಪ್ರೀತಿಗೆ ಇಷ್ಟು ಮಾಡ್ದೆ ಇದ್ರೆ ಹೇಗೆ ?

(ಖುಷ್ ಮೌನವಾದನು)

ಖುಷ್- ಆಯುಷಿ ಪುಟ್ಟ ನಾಳೆ ಅಶ್ವಿನ್ ಜೊತೆ ನೀನು ಕೂಡ ತೋಟಕ್ಕೆ ಹೋಗು..

ಆಯುಷಿ - ನಾನ ...,ಅಪ್ಪ..!

ಅಶ್ವಿನ್- ಹೂ ನೀನೆ..

ಆಯುಷಿ - ಹಾ.. ನಾನ್ಯಾಕ್ ಬರ್ಲಿ?

ಅಶ್ವಿನ್- ನೀನು ಸ್ವಲ್ಪ ತಿಳ್ಕೋ ,ಅಂಕಲ್ಗು ಸಹಾಯ ಆಗುತ್ತೆ.

ಆಯುಷಿ - ಯಾಕೆ, ನೀನೇನ್ ಮಾಡ್ತೀಯಾ? ನೀನೆ ನೋಡ್ಕೋ.

ಖುಷ್- ಸರಿ ಸರಿ , ಇನ್ನು ಚಿಕ್ಕ ಮಕ್ಕಳು ತರ ಕಿತ್ತಾಡೋದು ಬಿಟ್ಟಿಲ್ಲ.

ಅಶ್ವಿನ್ - sry ಅಂಕಲ್.

ಆಯುಷಿ - sry ಅಪ್ಪ , ಹೋಗ್ತೀನಿ..

ಇವರಿಬ್ಬರೂ ಕಿತ್ತಾಡುವುದನ್ನು ಕಂಡು ಖುಷ್ ಭಾವುಕನಾಗಿ ಹಳೆ ದಿನವನ್ನು ನೆನಪಿಸುತ್ತ,

ನೆನೆಯುತ್ತ..

[18 ವರ್ಷಗಳ ಹಿಂದೆ]

[ಖುಷ್ ಮತ್ತು ಖುಷಿಯೂ ದೇವಸ್ಥಾನಕ್ಕೆ ಹೋಗಲು ತಯಾರಿ ಆಗ್ತಾ ಇದ್ದರು ,ಖುಷ್ ಸ್ನೇಹಿತನ ಮಗನು ಅಶ್ವಿನ್ ಓಡಿಬಂದನು .

ಅಶ್ವಿನ್ - ನಾನು ನಿಮ್ಮಿಬ್ಬರ ಜೊತೆ ಬರ್ತೀನಿ.

ಖುಷ್- ಬೇಡ ಪುಟ್ಟಾ , ಅದು ತುಂಬಾ ದೂರ ಇದೆ

ಅಶ್ವಿನ್- ಪ್ಲೀಸ್ ಅಂಕಲ್.. ಆಂಟಿ ನೀವಾದರೂ ಹೇಳಿ...

ಖುಷಿ- ಬರ್ಲಿ ಬಿಡು ಖುಷ್ , ನಮಗೂ ಬೇಜಾರ್ ಕಳೆಯುತ್ತೆ.

ಭಗವಂತ ರಾಧಾ ಕೃಷ್ಣನ ದರ್ಶನ ಪಡೆದು ಕೂತರು.

ದೂರದಿಂದ ಮಗು ಅಳುವ ಶಬ್ದ ಕೇಳತೊಡಗಿತು, ಅಶ್ವಿನ ಆ ಧ್ವನಿಯನ್ನು ಕೇಳುತ್ತಾ, ಅದರ ಕಡೆಗೆ ನಡೆದನು.

ಖುಷ್ ಮತ್ತು ಖುಷಿಯೂ ಗಾಬರಿಯಿಂದ ಅಶ್ವಿನ್ ಅನ್ನು ಹುಡುಕುತ್ತಾ ಬಂದರು .

ಖುಷ್- ಆಶ್ವಿನ್ ಇಲ್ಲಿ ಏನ್ ಮಾಡ್ತಿದ್ದೀಯಾ ?

ಅಶ್ವಿನ್-(ಕೈ ತೋರಿಸುತ್ತಾ) ಇಲ್ಲಿ ನೋಡಿ ಪಾಪ ಚಿಕ್ಕ ಪಾಪು.

(ಖುಷಿ ಅದನ್ನು ಎತ್ತಿಕೊಂಡಳು .ವಿಚಾರಿಸಿ ನೋಡಿದರೆ ಮಗು ಯಾರದೆಂದು ತಿಳಿಯಲಿಲ್ಲ)

ಖುಷಿ ಮಗುವನ್ನು ನೋಡುತ್ತಾ ಕಣ್ಣೀರಿಟ್ಟಳು.

ಖುಷ್- ಇದು ಪುಟ್ಟ ಮಗು ಇನ್ನೂ ಹುಟ್ಟಿ ಸ್ವಲ್ಪಕಾಲ ಆಗಿರಬಹುದು, ಮನೆಗೆ ಹೋಗೋಣ .

ಖುಷಿ - ರಾಧಾಕೃಷ್ಣನ ಸನ್ನಿಧಿಯಲ್ಲಿ ಸಿಕ್ಕಿರುವುದರಿಂದ ರಾಧಾಯುಷ ಎಂದು ಹೆಸರು ಇಡೋಣ .

ಅಶ್ವಿನ್ - ಆಯುಷಿ ಎಂದರೆ ?

ಖುಷ್- (ಅಶ್ವಿನ್ ತಲೆ ಸವರುತ್ತಾ) ಆಯುಷಿ ಎಂದರೆ ಧೀರ್ಘ ಆಯಸ್ಸು ಅಂದ್ರೆ ಲಕ್ಷೀ.. ರಾಧಾ ಲಕ್ಷ್ಮಿ)...]

ಖುಡಿ ಕಥ

ಖುಷ್ ಹಳೆಯ ದಿನವನ್ನು ನೆನೆಯುತ್ತ ಕಣ್ಣೀರಿಟ್ಟನು

ಆಯುಷಿ - ಅಪ್ಪ ಏನಾಯ್ತು?

ಖುಷ್- ಏನಿಲ್ಲ ಪುಟ್ಟ, ಹಳೆಯ ದಿನ ನೆನಪಾಯಿತು..

ಇಬ್ಬರು ಬನ್ನಿ ಇಲ್ಲಿ..(ಹೇ ನಾರಾಯಣ ,ನಿನ್ನ ಆಸರೆಯಲ್ಲಿ ಬೆಳೆಯುತ್ತಿರುವ ಈ ಮಕ್ಕಳು ಎಂದಿಗೂ ಖುಷಿಯಾಗಿರಲಿ)

ಆಯುಷಿ - ಇಬ್ರು ಬನ್ನಿ ಕೈ- ಕಾಲು ತೊಳ್ಕೊಳ್ಳಿ ಊಟ ಮಾಡೋಣ.

(ಊಟ ಮಾಡುವಾಗ)

ಅಶ್ವಿನ್ - ರಾಧಾ ನೀನಾ ಅಡಿಗೆ ಮಾಡಿರೋದು!

ಆಯುಷಿ -ಹಾ, ಯಾಕೆ ಚೆನ್ನಾಗಿಲ್ವ?

ಅಶ್ವಿನ್ -ಹೇ ಭಗವಂತ, ಇನ್ನು ತುಂಬಾ ದಿನ ಈ ಸಂಕಟದಲ್ಲಿ ಇರ್ಬೇಕಲ್ಲಪ.

(ಆಯುಷಿ ಕೋಪ ಮಾಡ್ಕೊಂಡು ಹೊರ ಹೋದಳು)

ಅಶ್ವಿನ್ - ಅಂಕಲ್ , ನಿಜ್ವಾಗ್ಲೂ ಅದ್ಭುತವಾಗಿದೆ. ನಿಮ್ ಕೈ ರುಚಿನೇ ತಿಂದಾಗೆ ಅಗ್ತಿದೆ.

ಖುಷ್ -ಆದ್ರೆ ಅವ್ಳು ಬೇಜಾರ್ ಮಾಡ್ಕೊಂಡು ಹೋದ್ಲಲ್ಲ.

ತುಂಬಾ ಮೌನವಾಗಿದ್ದಾಳೆ ಅಶ್ವಿನ್ ನೀನೇ ಹೇಗಾದ್ರು ಅವ್ಳ ಮೊದಲಿನ ತರ ಮಾಡಬೇಕು.

ಅಶ್ವಿನ್ -ನೀವೇನು ಯೋಚ್ನೆ ಮಾಡ್ಬೇಡಿ ಅಂಕಲ್ . ಆರಾಮಾಗಿ ಊಟ ಮಾಡಿ ಮಲ್ಕೊಳ್ಳಿ.

ಅಶ್ವಿನ್ -ಇಲ್ಲಿ ಏನ್ಮಾಡ್ತಿದ್ದೀಯ? ಬಾ ಊಟ ಮಾಡು.

ಆಯುಷಿ -ಹಸಿವಿಲ್ಲ, ಬೇಡ.

ಅಶ್ವಿನ್ - ಇಷ್ಟಕ್ಕೆ ಬೇಜಾರ್ ಆದ್ರೆ ಹೇಗೆ.

ಆಯುಷಿ -ಹಾಗೇನಿಲ್ಲ.

ಅಶ್ವಿನ್ -ನನ್ ಊಟ ಮಾಡಿಸ್ತಿನಿ ಅಂದ್ರು ಬೇಡ್ವಾ? ಹುಂ..

(ಅಶ್ವಿನ್ ಆಯುಷಿ ಗೆ ಊಟ ಮಾಡಿಸುತ್ತಾ)

(ಇಬ್ಬರು ಭಾವುಕರಾದರು)

ಅಶ್ವಿನ್ -ಯಾಕೆ ಕಣ್ಣಲ್ಲಿ ನೀರು? ಖಾರ ಇದೇನಾ?

ಆಯುಷಿ - ಹದಿನ್ನಾಲ್ಕು ವರ್ಷ ಆಯ್ತಲ್ಲ ನೀನು ಹೀಗೆ ಊಟ ಮಾಡ್ಸಿ.! ಮತ್ತೆ ನಿನ್ ಕಣ್ಣಲಿ ಯಾಕೆ ನೀರು? .

ಅಶ್ವಿನ್ - ತುಂಬಾ ಖುಷಿ ಆಗ್ತಿದೆ ರಾಧೆ. ಮಾತೇ ಬರ್ತಿಲ್ಲ.

ಚಂದಿರನ ಬೆಳಕ್ಕನ್ನು ಗಮನಿಸುತ್ತಾ, ಅವನೊಂದಿಗೆ ಹೆಜ್ಜೆ ಹಾಕುತ್ತಾ

ಅಶ್ವಿನ್ - company promotion ಅಂತ ಫಾರಿನ್ ಗೆ ಹೋದ್ವಿ. ಖುಷಿ ಆಂಟಿ ಗೆ ಹುಷಾರ್ ಇಲ್ಲ ಅಂದ್ರು ಆ ಸಮಯದಲ್ಲಿ ಬೇರೆ ದಾರಿ ಇರ್ಲಿಲ್ಲ. ಅಂಕಲ್ ಗು ಸಹಾಯ ಆಗುತ್ತೆ ಅಂತ. ತುಂಬಾ ಪ್ರಯತ್ನ ಮಾಡಿದರು ಇಂಡಿಯಾ ಗೆ ಬರೋಕೆ ಆಗ್ಲಿಲ್ಲ. ಮೊನ್ನೆ ತಾನೇ ಬೆಂಗಳೂರ್ ಗೆ ಬಂದ್ವಿ. ಆಮೇಲೆ ಗೊತಾಯ್ತು ನೀನು, ಅಂಕಲ್ ಫಾರ್ಮ್ ಹೌಸ್ ಅಲ್ಲಿ ಇದ್ದೀರಾ ಅಂತ. ತಕ್ಷಣನೆ ಹೊರಟೆ.

ಆದ್ರೆ ಅದನ್ನೆಲ್ಲ ಬಿಟ್ಟು ಇಲ್ಲಿ ಯಾಕೆ ಬಂದ್ರಿ?

ಆಯುಷಿ - ಖುಷಿಮಾ ತೀರ್ಕೊಂಡ ನಂತರ ಅಪ್ಪ ಒಬ್ರಿಗೆ ಕಂಪನಿ ನೋಡಿಕೊಳ್ಳಲು ಆಗ್ಲಿಲ್ಲ. ಮನಸ್ಸು ನೊಂದು ಹೋಗಿತ್ತು. ಆನಂತರ, ಕಂಪನಿ ಕೈ ತಪ್ಪಿ ಹೋಯಿತು. ಏನು ಮಾಡಬೇಕು ಎಂದು ದಿಕ್ಕು ತೋಚದೆ ಉಳಿದಿರೋ ಒಂದು ಆಫೀಸ್ ಇಂದ ಆಶ್ರಮನಾ ಉಳಿಸಿಕೊಳ್ಬೇಕು ಅಂತ ಕಂಪನಿ ಮಾರಿ ಇಲ್ಲಿಗೆ ಬಂದ್ವಿ. ಮಲೆನಾಡು ವಾತಾವರಣ ಅಂದ್ರು ಮನಸ್ಸಿಗೆ ಖುಷಿ ಇಲ್ಲ ಅಶು.

ಮರುದಿನ, ಮುಂಜಾನೆ ಸೂರ್ಯ ಆಗತಾನೆ ಎಲ್ಲರಿಗೂ ಶುಭೋದಯ ತಿಳಿಸುವ ಸಮಯ..

ಖುಷ್ ಮನೆ ನಾ ಅಲಂಕಾರ ಮಾಡಿಸುತ್ತಾ ಆ ಪ್ರದೇಶವನ್ನು ಬಣ್ಣ ಬಣ್ಣದ ಹೂವಿನಿಂದ ಅಲಂಕಾರ ಮಾಡುವಂತೆ ತಿಳಿಸುತ್ತಿದ್ದನು.

ಅಶ್ವಿನ್ - ಅಂಕಲ್, ಏನಿದೆಲ್ಲ?

ಖುಷ್ - ಸುಮಾರು ವರ್ಷಗಳ ನಂತರ ಬಂದಿದ್ದೀಯಲ್ಲ ಅದ್ಕೆ ಇದೆಲ್ಲ, ಅದ್ರಲ್ಲೂ ಹೋಳಿ ಬೇರೆ ಬಂತು ಈ ವರ್ಷ ಸಡಗರದಿಂದ ಆಗ್ಬೇಕು.

ಹಾ ಆಯುಷಿ ಇನ್ನು ಮಲಗಿದ್ದಾಳೆ ಪುಟ್ಟ. ಎಬ್ಬಿಸು ಹೋಗು.

ಅಶ್ವಿನ್ - ಆಯುಷಿ , ಆಯುಷಿ , ಎದ್ದೇಳಪ ಟೈಮ್ ನೋಡು.

ಆಯುಷಿ -(ನಿದ್ದೆ ಮಂಪರಿನಲ್ಲಿ) ಇಷ್ಟು ಬೇಗಾನ?

ಅಶ್ವಿನ್ - ನಿನ್ನೆ ಅಂಕಲ್ ಏನ್ ಹೇಳಿದ್ರು, ಬೇಗ ಎದ್ದೇಳು.

ಆಯುಷಿ - ಇವತ್ತು ಒಂದು ದಿನ ನೀನೇ ಹೋಗು, ನಾಳೆ ಬರ್ತೀನಿ.

ಅಶ್ವಿನ್ - (ಯೋಚಿಸುತ್ತಾ, ಇವಳನ್ನ ಹೇಗೆ ಎಬ್ಬಿಸೋದು)?

ಹಾ.....

ಆಯುಷಿ ಹಾವು ಹಾವು !

ಆಯುಷಿ ಎದ್ದು ಹಾರಾಡುತ್ತಾ ಕೆಳಗೆ ಬಿದ್ದಳು

ಆಯುಷಿ - ಗೊತಾಗಲ್ವಾ ಕೋತಿ. ಛೆ !ನನ್ ನಿದ್ದೆ ಎಲ್ಲಾ ಹಾಳಾಯಿತು.

ಅಶ್ವಿನ್ - ಏನ್ ಕುಂಭಕರ್ಣ ನ ತಂಗಿ. ನಿದ್ದೆ ಹಾಳ್ ಆಯ್ತುಂತೆ! ಎದ್ದು ಬಾ.

ಆಯುಷಿ - ರೇಗಬೇಡ, ಹಲ್ಲುಜ್ಜಿ ಬರ್ತೀನಿ.

ಅಶ್ವಿನ್ - ಹಾಗೆ ಹೋದ್ರೇನೇ ಚೆನ್ನಾಗೆ. (ಆಯುಷಿ ನಾ ಎಳೆದು ಕೊಂಡು ಹೋಗುವನು)

ಇಬ್ಬರು ಸೈಕಲ್ ಅಲ್ಲಿ ಹೊರಟರು

ಅಶ್ವಿನ್ - ನಿನ್ ಬರ್ತಿರೋದು ನೋಡಿದ್ರೆ ತೋಟಕ್ಕೆ ಹೋಗೆ ಇಲ್ಲ ಅನ್ಸುತ್ತೆ.

ಆಯುಷಿ - ಅಷ್ಟೊಂದು ಹೋಗಿಲ್ಲ.

ಅಶ್ವಿನ್ - ಥೋ. ! ದಂಡಪಿಂಡ. ಹುಂ.. ನಿನ್ ಅಂಥವ್ರು ಇರ್ಬೇಕು ನೋಡು. ಜೀವನ ಉದ್ದಾರ !

ಆಯುಷಿ - ಹೊಯ್, ಪದೆ -ಪದೆ blame ಮಾಡ್ಬೇಡ, ಮಾತಾಡೋಕೆ ಬೇರೆ ಸಿಗಲ್ವಾ ನಿಂಗೆ. ಬರೆ ರೇಗಿಸೋದೇ..

ಅಶ್ವಿನ್ - ಅಲ್ಲ ನಿನ್ನ ಎಲ್ರು ಸೈಲೆನ್ಸ್ ಅಂತ ಹೇಗೆ ಹೇಳ್ತಾರೋ?

ಆಯುಷಿ - ಮುಂಚೆ ಹಾಗೆ ಇದ್ದೆ.. ಹೌದು ನಿನ್ ನಿಜ್ವಾಗ್ಲೂ ಫಾರಿನ್ ಗೆ ಹೋಗಿದ್ಯಾ? ನಿನ್ನ ನೋಡಿದ್ರೆ ಹಾಗೆ ಅನ್ಸಿಲ್ವಲ್ಲಾ?

ಅಶ್ವಿನ್ - ಎಲ್ಲಿ ಹೋದ್ರು ನಮ್ ಭೂಮಿನ ಮರಿಯೋಲ್ಲ.

ತೋಟಕ್ಕೆ ಹೋಗಿ ಅಲ್ಲಿ ಅಡ್ಡಾಡುತಿದ್ದರು.ದೂರದಿಂದ ಏನೋ ಶಬ್ದ ಕೇಳುತ್ತಿತ್ತು.

ಅಶ್ವಿನ್ - ರಾಧಾ ಅಲ್ಲಿ ಯಾರೋ ಕೆಲಸ ಮಾಡುತ್ತಿದ್ದಾರೆ ಅನ್ಸುತ್ತೆ.

ಆಯುಷಿ - ಅವ್ರು ಕೆಲಸ ಮಾಡುವವರು ಅಲ್ಲ. ಬಾ ಪರಿಚಯ ಮಾಡ್ಸತಿನಿ.

(ಅವರ ಬಳಿ ಹೋಗಿ)

ಆಯುಷಿ - ರಿಶಿ,

ರಿಶಿ - ಹಾ..?

ಆಯುಷಿ - ಅಶು ಇವ್ರು ರಿಶಿ ಅಂತ ಅಪ್ಪನಿಗೆ ಬೇಕಾದವ್ರು, ಇಲ್ಲಿಯ ಕಾಫಿ ಬೀಜದಿಂದ ಸುಮಾರು ಪ್ರಾಡಕ್ಟ್ಸ ತಯಾರಿಸುತ್ತಾರೆ, ಅವರ ಕಂಪನಿ ನಾ ಇನ್ನು ಹಬ್ಬಿಸಬೇಕು ಅಂತ ಅವಾಗವಾಗ ಇಲ್ಲಿಗೆ ಬರ್ತಾ ಇರ್ತಾರೆ. ರಿಶಿ, ಇವ್ನು ಅಶ್ವಿನ್ ನನ್ ಬಾಲ್ಯ ಸ್ನೇಹಿತ..

ರಿಶಿ - ನಮಸ್ತೆ.

ಅಶ್ವಿನಿ - ನಮಸ್ತೆ.

ಆಯುಷಿ - ಸರಿ ಪಾ ನನ್ ಕಾಲೇಜ್ ಗೆ ಹೋಗೋ ಟೈಮ್ ಆಯಿತು. ಬಾಯ್..

(ಆಯುಷಿ ಹೊರಡುವಳು)

ರಿಶಿ ಮತ್ತು ಅಶ್ವಿನ್ ಮಾತನಾಡುತ್ತಾ ನಡೆದರು.

ರಿಶಿ - (ಆಶ್ಚರ್ಯದಿಂದ) ಆಯುಷಿ , ಖುಷ್ ಅಂಕಲ್ ಇಷ್ಟೊಂದು ಖುಷಿ ಆಗಿರೋದು ನನ್ ನೋಡೇ ಇಲ್ಲ. ಅಶ್ವಿನ್ ನಿನ್ ತುಂಬಾ ಅದೃಷ್ಟವಂತ, ನಿನ್ ಇಂದ ಒಂದು ಕುಟುಂಬ ಇಷ್ಟೊಂದು ಸಂತೋಷದಿಂದ ಇದೆ ಅಂದ್ರೆ!

ಅಶ್ವಿನ್ - bro ನಾವೆಲ್ಲ ಒಂದೇ ಕುಟುಂಬದವರು ತರ ಇದ್ವಿ. ಸ್ವಲ್ಪ ಅಡೆ-ತಡೆ ಆಯ್ತು. ಇವಾಗ ಮತ್ತೆ ಒಂದು ಮಾಡೋಕೆ ಆ ಭಗವಂತನ ಇಚ್ಛೆ ಅನ್ನಿಸ್ತಿದೆ.

ಪ್ರತಿ ಗಳಿಗೆಯು ಕಳೆಯುವಂತೆ ಪ್ರತಿ ಕ್ಷಣವನ್ನು ಸಂತೋಷದಿಂದ ಕಳೆಯಬೇಕು. ಹಬ್ಬದ ವಾತಾವರಣ ಎಲ್ಲೆಲ್ಲೂ ಹಬ್ಬಿದರೆ, ಮಾನವನ ಮನದಲ್ಲಿ ಸಂತೋಷ ಹಬ್ಬುವುದು.

ಹೋಳಿಯ ದಿನ..

ಅಶ್ವಿನ್ - ಅಂಕಲ್ ಹೋಳಿಯ ಬಣ್ಣ ಕೂಡ ನೀವೇ ತಯಾರಿಸ್ತಿರಾ?

ಖುಷ್ - ಹಾ ಪುಟ್ಟ, ಇಲ್ಲಿ ರಾಧಾಕೃಷ್ಣ ದೇವಸ್ಥಾನ ಇದೆ. ಪೂಜೆ ಮಾಡಿ ಆಮೇಲೆ ತಯಾರಿಸ್ತಾರೆ.

ಅಶ್ವಿನ್ - ಹಾಗಾದ್ರೆ ಎಲ್ರು ಹೋಳಿ ಆಡ್ತಾರೆ ಅಂತ ಆಯ್ತು.

ಅಶ್ವಿನ್ ಸಂತೋಷದಿಂದ ತಯಾರಾಗುತ್ತಾ,

ಅಶ್ವಿನ್ - ರಾಧೆ, ರಾಧೆ....

(ಜೋರಾಗಿ ಮಳೆ ಬರತೊಡಗಿತು)

ಹೋ ವರುಣ ನಿನಿಗೂ ಹೋಳಿ ಆಡೋ ಆಸೆ ನಾ?

(ಆಯುಷಿ ಹತ್ತಿರ ನಡೆದು.)

ಆಯುಷಿ - ಯಾಕೆ ಹಾಗೆ ಕುಗ್ತಿದ್ದೀಯಾ?

ಅಶ್ವಿನ್ - ರಾಧಾ, ಇನ್ನು ರೆಡಿ ಆಗಿಲ್ವ?

ಆಯುಷಿ - ನನ್ ಹೋಳಿ ಆಡಲ್ಲ.

ಅಶ್ವಿನ್ - ಅದೇ ಯಾಕೆ? ಮುಂಚೆ ಆಡ್ತಿದ್ವಲ್ಲ.

ಆಯುಷಿ - (ಬೇಸರದಿಂದ) ಆದ್ರೆ ಈಗ ಆಡಲ್ಲ. ಆ ಮಳೆ ನೋಡು ಖುಷಿ ಕೊಡ್ತಿದೆನಾ? ಹದಿನಾಲ್ಕು ವರ್ಷದಿಂದ ಈ ಮಳೆ, ಈ ಹೋಳಿ ಯಾವ್ದು ನಮ್ ಮನೆಗೆ ಸಂತೋಷ ಕೊಡ್ತಿಲ್ಲ. ದಯವಿಟ್ಟು ಬಲವಂತ ಮಾಡಬೇಡ ಅಶು.

ಅಶ್ವಿನ್ - ಆದ್ರೆ ರಾಧಾ.. !

ಆಯುಷಿ - ಬಾ ನನ್ ಜೊತೆ (ಖುಷ್ ನ ಬಳಿ ಕರೆದು ಕೊಂಡು ಹೋಗುವಳು), ನೋಡು ಅಪ್ಪ ನ.

(ಖುಷ್ ಖುಷಿ ಯ ಫೋಟೋ ಇಡಿದು ಕೊಂಡು ಆಳುತ್ತಿದ್ದನು)

ಆಯುಷಿ - (ದುಃಖದಿಂದ) ಈ ಹಬ್ಬಗಳು ನಮ್ ಮನೆಗೆ ಯಾವತ್ತು ಸಂತೋಷ ಕೊಡೋಲ್ಲ, ಆ ಭಗವಂತನಿಗೂ ಇಷ್ಟ ಇಲ್ಲ...

(ಅಶ್ವಿನ್ ಖುಷ್ ಹತ್ತಿರ ಹೋಗಿ ಮಂಡಿ ಊರಿ ಕೆಳ ಕೂತನು)

ಅಶ್ವಿನ್ - (ದುಃಖದಿಂದ) ಅಂಕಲ್, ಏನ್ ಅಂಕಲ್ ಇದೆಲ್ಲ?
ಅಲ್ಲಿ ಎಲ್ಲರಿಗೂ ಹೋಳಿ ಆಡೋಕೆ ಸ್ಫೂರ್ತಿ ನೀಡಿ ನೀವು ಕತ್ತಲಲ್ಲಿ ಕೂತ್ತಿದ್ದೀರಲ್ಲ.

ಖುಷ್ - ಸದಾ ಕಾಲ ನೋವನ್ನೆಲ್ಲ ಮರೆತು ಖುಷಿ ತರ ಇರೋಕೆ ಆಗತಿಲ್ಲ ಅಶ್ವಿನ್. ಪ್ರತಿ ಹೆಜ್ಜೆಲು ಖುಷಿ ಕಾಣಿಸ್ತಾಳೆ, ಹಬ್ಬ ಮಾಡೋ ಅಷ್ಟು ಮನಸ್ಸು ಸಂತೋಷದಿಂದ ಇಲ್ಲ ಪುಟ್ಟ.. ಖುಷಿ ಜೊತೆ ನೇ ಪ್ರತಿ ಕ್ಷಣ ಕಳೆದಿರೋ ಈ ಮನ ಅವಳು ಇಲ್ಲದೆ ಬದುಕುವುದಕ್ಕೆ ಹಿಂಜರಿತಿದೆ.

ಅಶ್ವಿನ್ -ನೀವು ಹೀಗೆ ಬೇಜಾರ್ ಅಲ್ಲಿ ಇದ್ರೆ ರಾಧಾ ಕಣ್ಣೀರ್ ಹಾಕ್ತಾಳೇ! ಇಬ್ರು ನೋವಲ್ಲಿದ್ರೆ ನಿಮ್ಮೊಂದಿಗೆ ಇರೋ ಖುಷಿ ಆಂಟಿ ಹೇಗೆ ಸಂತೋಷದಿಂದ ಇರೋಕೆ ಸಾಧ್ಯ?. ನಮ್ಮೆಲ್ಲರ ಪ್ರೀತಿ ಭಗವಂತ

ಶ್ರೀ ಕೃಷ್ಣನಿಗೆ ಸೇರಿದ್ದು, ಭಗವಂತನ ಆಸರೆ ಅಲ್ಲಿ ಇರೋರ್ಗೆ ಯಾವತ್ತು ಮೋಸ ಮಾಡಲ್ಲ. ಖುಷಿನ ನೆನಿಸ್ಕೊತ ಹಬ್ಬ ಮಾಡಬೇಕೆಂದು ಹೋಳಿ ಮರಳಿ -ಮರಳಿ ಬರುತ್ತೆ, ಖುಷಿ ಗೆ ಪ್ರಿಯವಾದ ಮಳೆನು ಬರ್ತಿದೆ.

(ರಾಧಾಳ ಬಳಿ ನಡೆಯುತ್ತಾ), ಖುಷಿಯ ಇಚ್ಛೆ ಎಲ್ಲೇ ನಾವು ಬದುಕುತ್ತಿದ್ದೇವೆ ಅಲ್ವಾ ರಾಧಾ? ರಾಧಾ ನಿನ್ನ ಆರಾಧ್ಯ ನಾರಾಯಣನಿಗೆ ನೋವು ಮಾಡ್ತಿದ್ದೀಯಾ ಪುಟ್ಟ. ಭಗವಂತನಿಗೆ ನೋವಾದ್ರೆ ಖುಷಿಗು ನೋವು ಮಾಡಿದಂತೆ ಅಲ್ವಾ? ಹುಂ... ಯಾವ ನೋವನ್ನು ಮನಸಲ್ಲಿ ಇಡ್ಕೋಬಾರ್ದು, ಬನ್ನಿ ಎಲ್ಲರೊಂದಿಗೆ ಹೋಳಿ ಆಡೋಣ..

ಖುಷ್ - (ಕಣ್ಣೀರು ವರೆಸಿಕೋತಾ) ಹಾ, ಮಗಳೇ ಆಯುಷಿ ...

ಅಶ್ವಿನ್ - (ರಾಧಾಳ ತಲೆ ಸವರುತ್ತಾ) ಇಂದಿನಿಂದ, ರಾಧಾಕೃಷ್ಣ ನ ಆಶೀರ್ವಾದದ ಹೋಳಿ.

ಆಯುಷಿ ರೆಡಿ ಆಗಿ ಹೊರಬಂದಳು. ಮಳೆಯು ಕಡಿಮೆಯಾಯಿತು, ಆಕಾಶವನ್ನು ನೋಡುತ್ತಾ ಮುಗುಳ್ನಕ್ಕಳು. ಇವಳ ಆನಂದಕ್ಕೆ ಮಳೆಯೂ ಹೆಚ್ಚಾಯ್ತು.

ಪೂಜೆಯ ಸಮಯ. ಎಲ್ಲರೂ ಸಂತೋಷದಿಂದ ನಿಂತಿದ್ದರು.

ಅಶ್ವಿನ್ -ಆಯುಷಿ - ಎಲ್ಲರೂ ಜೋರಾಗಿ ಹೇಳಿ ಜೈ ಜೈ ರಾಧಾಕೃಷ್ಣ..

ಜೈ ಜೈ ರಾಧಾಕೃಷ್ಣ

ಎಲ್ಲರೂ ಹೋಳಿ ಆಡತೊಡಗಿದರು. ರಿಶಿನು ಇವರೊಂದಿಗೆ ನಗು - ನಗುತ್ತಾ ಸೇರಿಕೊಂಡನು.

ಇದು ಹೋಳಿ, ಬಣ್ಣ-ಬಣ್ಣಗಳ ಹೋಳಿ, ಆನಂದದ ಹೋಳಿ, ಜೀವನ ಬದಲಾಯಿಸುವ ಹೋಳಿ.

ಹೋಳಿ ಹೈ, ಹೋಳಿ ಹೈ..

ಹೆಜ್ಜೆ -ಹೆಜ್ಜೆ ಎಲ್ಲೂ ಕಷ್ಟ ಇದ್ದರು, ಕಷ್ಟದಲ್ಲೇ ನಗುವನ್ನು ತಿಳಿಸಿಕೊಟ್ಟ ರಾಧಾಕೃಷ್ಣನ ಹೋಳಿ.

ಹೋಳಿ, ಹೋಳಿ, ಹೋಳಿ ಹೈ

(ಆಯುಷಿ - ಅಶ್ವಿನ್ ಪ್ರತಿ ದಿನವೂ ಕಿತಾಡ್ತ, ಖುಷ್ ಅನ್ನು ಸಂತೋಷ ಪಡಿಸ್ತಾ ಸಾಗಿದರು).

(ಆಯುಷಿ ಖುಷಿ ಇಂದ ಎಷ್ಟು ಸಂತೋಷವಾಗಿ ಇರ್ತಿದ್ಲೋ, ಹಾಗೆ ಅಶ್ವಿನ್ ಜೊತೆ ಇದ್ದಾಗ ಆ ಸಂತೋಷವನ್ನು ಬಿಟ್ಟು ಕೊಡ್ತಿರ್ಲಿಲ್ಲ, ಸಂತೋಷ ಎನ್ನುವುದು ಮನದಲ್ಲಿ ಮನೆ ಮಾಡಿತು.

ಖುಷಿ ಆಯುಷಿ ನ ತನ್ನ ಮಗುವಿಗಿಂತ ಹೆಚ್ಚಿನ ರೀತಿಯಲ್ಲಿ ಪ್ರೀತಿ ಕೊಟ್ಟಿದಳೊ. ಅಶ್ವಿನ್ ಕೂಡ ಅವಳನ್ನ ಪುಟ್ಟ ಮಗುವಿನಂತೆ ನೋಡುತ್ತಿದ್ದ).

[ನಮ್ಮ ಅಮೂಲ್ಯವಾದ ಸಮಯವನ್ನು ನಾವು ಪ್ರೀತಿಸೂರಿಗಿಂತ
ನಮ್ಮನ್ನ ಪ್ರೀತಿಸೊರ ಜೊತೆ ಕಳೆಯಬೇಕು,
ನಾವು ಪ್ರೀತಿಸೊರು ನಮ್ಮ ಜೀವದ ಜೊತೆ ಇರ್ತಾರೆ
ಆದ್ರೆ, ನಮ್ಮನ್ನ ಪ್ರೀತಿಸೋರು ನಮ್ಮ ಮನಸ್ಸಿನ ಜೊತೆ ಇರ್ತಾರೆ].

ಆಯುಷಿ ಪರೀಕ್ಷೆ ಹತ್ತಿರ ಬಂದಂತೆ ಓದು ಹೆಚ್ಚಿತು.

ಅಶ್ವಿನ್ ಆಯುಷಿ ನ ಕರೆಯುತ್ತ ಬಂದನು.

ಅಶ್ವಿನ್ - ಏನ್ ಮಾಡ್ತಿದ್ದೀಯಾ ರಾಧೇ?

ಆಯುಷಿ - ಕಣ್ಣು ಕಾಣಲ್ವಾ? ಓದ್ಕೋತಾ ಇದ್ದೀನಿ.

ಅಶ್ವಿನ್ - ಯಾಕೋ ತುಂಬಾ ಹಸಿವು ಆಗತಿದೆ. ಅಡಿಗೆ ಮಾಡು ಬಾ.

33 | Page

ಆಯುಷಿ - ಹೇಗಿದ್ರು ನನ್ ಚೆನ್ನಾಗಿ ಮಾಡಲ್ವಲ್ಲ. ಅದೇನ್ ಬೇಕೋ ನೀನೇ ಮಾಡ್ಕೋ ಹೋಗು. ನನ್ ಓದ್ಕೋ ಬೇಕು ಪರೀಕ್ಷೆ ಇದೆ.

ಅಶ್ವಿನ್ - ಏನ್ ಇವತ್ತೇ ದಬಾಕ್ ಬಿದ್ದಿಯ !

ಆಯುಷಿ - ತೊ.., ಏನು (ಹತ್ತಿರ ಹೋಗುವಳು)

ಅಶ್ವಿನ್ -(ಫೋಟೋ ತೋರಿಸುತ್ತಾ), ನೋಡು ನನ್ ಪ್ರೇಮಿ.

ಆಯುಷಿ - ಇದೇನಿದು? ಮುಖ ನೆ ಸರಿಯಾಗಿ ಕಾಣಿಸ್ತಿಲ್ಲ. ನೀನೇ ಚಿತ್ರ ಬಿಡಿಸಿರೋ ತರ ಇದೆ.

ಅಶ್ವಿನ್ - ಅವ್ಳು ಎಷ್ಟು ಒಳ್ಳೆಯವಳು ಗೊತ್ತಾ? ನಿನ್ ತರ ಬಜಾರಿ ಅಲ್ಲ.

ಆಯುಷಿ - ಅದ್ಕೆ ನನ್ ಏನ್ ಮಾಡ್ಲಿ ! ಹೋಗೋ.

(ಮನಸಲ್ಲಿ , ಹುಡುಗಿಯಂತೆ ತೆಗೆದು ಕಪ್ಪಳಕ್ಕೆ ಹೊಡಿಬೇಕು, ಹೌದು ಅವ್ಳು ಏನಾದ್ರು ಮಾಡ್ಕೊಳ್ಳಿ ನಂಗೆ ಏನು? ಇಷ್ಟೊಂದು ಕೋಪ ಯಾಕೆ ಮಾಡ್ಕೊಂಡೆ?)

ಅಶ್ವಿನ್ - (ಮುಗುಳ್ನಗುತ್ತ) ಮನಸಲ್ಲಿ ಏನೋ ಮಾತಾಡ್ತಿದ್ದೀಯ?

ಆಯುಷಿ - ಏನಿಲ್ಲ.

ಅಶ್ವಿನ್ - ಸರಿ, ಇವತ್ತು ನಾನು ಅಂಕಲ್ ಇಬ್ರು ಸೇರಿ ಅಡಿಗೆ ಮಾಡ್ತೀವಿ. ಭಗವಂತ, ಇವತ್ತಾದ್ರು ರುಚಿ - ರುಚಿ ಅಡಿಗೆ ತಿನ್ನಬಹುದು.

ಸ್ವಲ್ಪ ಸಮಯದ ನಂತರ,

ಖುಷ್ - ಪುಟ್ಟ ಬಾ ಊಟ ಮಾಡೋಣ. (ಕರೆದು ಕೊಂಡು ಹೋಗುವನು)

ಅಶ್ವಿನ್ - ತೋ... ಕೈ ಎಲ್ಲಾ ಇಂಕ್ ಮಾಡ್ಕೊಂಡಿದ್ದೀಯಲ್ಲ.

(ಖುಷ್ ಮತ್ತು ಅಶ್ವಿನ್ ಊಟ ಮಾಡಿಸಲು ಶುರು ಮಾಡಿದರು).

ಆಯುಷಿ - ಮೇಲಕ್ಕೆ.(ಬಾಯ್ ತುಂಬಾ ತುಂಬಿಕೊಂಡು)

(ಹೀಗೆ ಒಬ್ಬರಿಗೊಬ್ಬರು ಊಟ ಮಾಡಿಸ್ತಾ ಸಂತೋಷದ ಸಾಗರ ತಲುಪಿದರು)

ಮನ ಪಿಸುಗುಡುತಿದೆ ಜೀವನ

ಈಗತಾನೇ ಸುಂದರವಾಗುತಿದೆ ಎಂದು

ಈ ಮನ ಸುಂದರ ಎನಿಸುವುದು

ಯಾವಾಗ ಎಂದರೆ ನೀನು ನನ್ನ ಕಡೆ

ನಿಂತಾಗ

ಭಗವಂತನಲ್ಲಿ ಮತ್ತೊಂದು ವಿನಂತಿ

ಪ್ರತಿ ಜೀವಕ್ಕೂ ನಿನಂತಹ ಗೆಳೆಯ ಸಿಗಲಿ

ಖುಷ್ - ಗುಡ್ ಮಾರ್ನಿಂಗ್ ಪುಟ್ಟ.

ಆಯುಷಿ - ಗುಡ್ ಮಾರ್ನಿಂಗ್ ಅಪ್ಪ.

ಅಶ್ವಿನ್ - ಗುಡ್ ಮಾರ್ನಿಂಗ್ ಅಂಕಲ್, ಅಂಕಲ್ ನೋಡಿ ಹಲ್ಲು ಉಜ್ಜಿ ಬಾ ಅಂದ್ರೆ ಇಲ್ಲ ಹಾಗೆ ಬರ್ತೀನಿ ಅಂತ ಹಾಗೆ ಬಂದ್ದಿದ್ದಾಳೆ. ನೀವಾದ್ರೂ ಹೇಳಿ.

ಖುಷ್ - ಹೌದ ಮಗಳೇ?

ಆಯುಷಿ - ಇಲ್ಲ ಅಪ್ಪ, ಇವ್ನೆ ದಿನ ಹಾಗೆ ಎಳ್ಕೊಂಡು ಬರ್ತಾನೆ.

ಅಶು, ಇವತ್ತು ಮಾತ್ರ ನಿನ್ನ ಸುಮ್ನೆ ಬಿಡಲ್ಲ.. ನಿನ್ನಾ.... (ಅಟ್ಟಸಿಕೊಂಡು ಹೋಗುವಳು)

ಖುಷ್ - ಹೇ, ಹೇ, ಮಕ್ಳ ನಿಧಾನ..

(ರಿಶಿಯ ಬಳಿ)ಇವ್ರು ಇನ್ನು ಪುಟ್ಟ ಮಕ್ಕಳೇ..

ಆಯುಷಿ - ನಿಂತ್ಕೋ ಅಶು.. ಅಪ್ಪ ಹತ್ರ ಸುಳ್ಳು ಹೇಳ್ತಿಯ.

ಅಶ್ವಿನ್ - ನನ್ನ ಹಿಡಿಯೋಕೆ ಆಗಲ್ಲ. ಸೋಲ್ತೀಯ.

ಆಯುಷಿ - (ಕೂತು)ಹಾ, ಕಾಲು ನೋವಾಯ್ತು.

ಅಶ್ವಿನ್-(ಓಡಿ ಬಂದನು), ಹೇ, ಏನ್ ಅಯ್ತೋ? ಎಲ್ಲಿ ಪೆಟ್ಟಾಯ್ತು?

ಆಯುಷಿ - ಹಾ, ಇವಾಗ ಸಿಕ್ಕೇ ನೋಡು. (ಕಿವಿ ಹಿಂಡುವಳು).

ಅಶ್ವಿನ್ - ಅಯ್ಯೋ .. ನೋಯ್ತಿದೆ ಬಿಡು ರಾಧಾ.

ಆಯುಷಿ - ಕ್ಷಮೆ ಕೇಳು. ಬಿಡ್ತಿನಿ

ಅಶ್ವಿನ್ - ಕ್ಷಮಿಸು, ಸರಿನ ಬಿಡು.

ಖುಷ್ - ನೋಡು ಖುಷಿ ಎಷ್ಟು ಸಂತೋಷವಾಗಿದ್ದರೆ.

(ರಿಶಿ ಇವರನ್ನು ಕಂಡು ಮನದಲ್ಲೇ ತುಂಬಾ ಖುಷಿ ಪಟ್ಟನು).

I think life is so beautiful
Life seems to be beauty
When you are with my side

May god spread this happiness
All over, everyone should have a wonder

ಒಂದೆರೆಡು ದಿನಗಳ ನಂತರ,

ಅಶ್ವಿನ್ - ರಿಶಿ, ಇಲ್ಲಿ ಏನ್ ಮಾಡ್ತಿದ್ದೀಯಾ?

ರಿಶಿ - ಹಾಗೆ ಪ್ರಕೃತಿ ನೋಡುತ್ತಾ ಕುತ್ತಿದ್ದೆ.

ಅಶ್ವಿನ್ - ಅಲ್ಲಿ ಪುಸ್ತಕ ಎಲ್ಲಾ ಹಾಗೆ ಬಿಟ್ಟು ಇಲ್ಲಿ ಬಂದು ಪ್ರಕೃತಿ ನೋಡ್ತಿದ್ದೀರಾ? ಯಾರಾದ್ರೂ ನೆನಪಾದ್ರ?

ರಿಶಿ - ಇಲ್ಲ bro, ಆ ತರ ಏನಿಲ್ಲ.

ಅಶ್ವಿನ್ - ಇಲ್ಲ ಅನ್ನೋದ್ರಲ್ಲೇ ಎಲ್ಲಾ ಕಾಣ್ತಿದೆ. ನಾನ್ ಬಂದು ತುಂಬಾ ದಿನ ಆಯ್ತು, ಬಂದಾಗಿಂದ ನೋಡ್ತಿದ್ದೀನಿ ನಿಮ್ಮನ್ನ ಯಾವ್ದೋ ಚಿಕ್ಕ ಗೊಂಬೆಯ ಕೀಬಂಚ್ ಇಡ್ಕೋತೀರಾ, ಅದ್ರು ಜೊತೆ ಒಬ್ರೆ ಮಾತಾಡ್ತಿರ.

ರಿಶಿ - ಸುಮ್ನೆ ಹಾಗೆ ಅಷ್ಟೆ ಅಶ್ವಿನ್.

ಅಶ್ವಿನ್ - ನಾನು ನಿಮ್ನ ಅಣ್ಣ ಅಂತ ಅನ್ಕೊಂಡು ಕೇಳ್ದೆ, ಹೇಳ್ಬಾರ್ದು ಅಂತ ಇದ್ರೆ ಪರವಾಗಿಲ್ಲ. (ಎದ್ದೇಳುವನು)

ರಿಶಿ - ಕೂತ್ಕೋ ಅಶ್ವಿನ್ ಹೇಳ್ತೀನಿ.

ಅಶ್ವಿನ್ - ಹಾ..

ರಿಶಿ - ನಾನು ಇವತ್ತು ಇಲ್ಲಿ ಇದ್ದೀನಿ ಅಂದ್ರೆ ಅದ್ಕೆ ಇದೆ ಕಾರಣ, ಇದನ್ನ ಕೊಟ್ಟೋರೇ ಕಾರಣ,

ಅಶ್ವಿನ್ - ಹೌದ ! ಯಾರು ಅದು?

ರಿಶಿ - ಅವ್ಳು ಎಲ್ಲಿದ್ದಾಳೆ, ಹೇಗಿದ್ದಾಳೆ? ಅಂತ ಗೊತ್ತಿಲ್ಲ. ಆದ್ರೆ ಮನಸ್ಸಿಗೆ ತುಂಬಾ ಹತ್ತಿರ ಇದ್ದಾಳೆ. ಕೇವಲ ಅನುಭವಕ್ಕೆ ಮಾತ್ರ.

ಅಶ್ವಿನ್ -(ಬೇಸರದಿಂದ), ಹೌದ. ಹೋಗ್ಲಿ ಅವರ ಹೆಸರು?

ರಿಶಿ - ಅವಳ ಹೆಸರಲ್ಲೆ ಒಂದು feel ಇದೆ bro..

(ಮನಸಿನಲ್ಲಿ), ಸಿರಿ...,

ಬೆಂಗಳೂರು,

(ಸಿರಿ, ಸಿರಿ, ಸಿರಿ (ಪ್ರತಿಧ್ವನಿಸಿತು), ಜೋರಾಗಿ ಗಾಳಿ ಬೀಸತೊಡಗಿತು)

ಸಿರಿ ಎದ್ದು ಹೊರ ಓಡಿದಳು,

ಸಿರಿ ತಾಯಿ - ಸಿರಿ, ಏನ್ ಅಯ್ತು? ಯಾಕೆ ಹಾಗೆ ಮಲಗಿದ್ದೊಳು ಎದ್ದು ಓಡಿ ಬಂದೆ?

ಸಿರಿ - ಯಾಕೋ ಗೊತ್ತಿಲ್ಲ ಮಾ.

ಸಿರಿ ತಾಯಿ - ಮತ್ತೆ ಯಾರೋ ಕರೆದ ಹಾಗೆ ಅನಿಸಿತಾ?

ಸಿರಿ - ಹಾ ಮಾ.

ಸಿರಿ ತಾಯಿ - ಹೇ ದೇವ್ರೇ, ಇದೇನು ಅಗ್ತಿದೆ ನನ್ನ ಮಗಳಿಗೆ ? ನಿಂಗೆ ಎಷ್ಟು ಪೂಜೆ ಸಲ್ಲಿಸಿದರು ಸರಿಹೋಗತಿಲ್ವಲ್ಲ.

ಸಿರಿ - ಅಯ್ಯೋ ಅಮ್ಮ, ನನಿಗೆ ಏನು ಆಗಿಲ್ಲ ನೋಡು ಚೆನ್ನಾಗೆ ಇದ್ದೀನಿ.

ಸಿರಿ ತಾಯಿ - ಇಲ್ಲ, ಇಲ್ಲ ನಾಳೆ ಮತ್ತೆ ಒಂದು ಪೂಜೆ ಮಾಡೋಣ.

(ರೀ, ರೀ ಎನ್ನುತ್ತಾ ತನ್ನ ಪತಿಯ ಬಳಿ ನಡೆದಳು).

(ಸಿರಿಯು ಆಯುಷಿ ಬಳಿ ಬರುವಳು)

ಆಯುಷಿ - (ಆಶ್ಚರ್ಯದಿಂದ) ಸಿರಿ..

ಸಿರಿ - ಹೇಗಿದ್ದೀಯ ಆಯುಷಿ ?

ಆಯುಷಿ - ನಾನು ತುಂಬಾ ಚೆನ್ನಾಗಿದ್ದೀನಿ, ನೀನು?

ಸಿರಿ - ನಾನು ಅಷ್ಟೇ ತುಂಬಾ ಚೆನ್ನಾಗಿದ್ದೀನಿ. ಯಾಕೋ ನೀನು, ಅಂಕಲ್ ತುಂಬಾ ನೆನಪಾದ್ರಿ ಅದ್ಕೆ ಬಂದೆ. ಅಂಕಲ್ ಎಲ್ಲಿ?

ಆಯುಷಿ - ಒಳಗೆ ಇದ್ದಾರೆ ಬಾ ಹೋಗೋಣೊ.

(ಕರೆದು ಕೊಂಡು ಹೋಗುವಳು)

ಸಿರಿ - ಹೇಗಿದ್ದೀರ ಅಂಕಲ್?

ಖುಷ್ - ಅರೇ ಸಿರಿ, ನನ್ ಚೆನ್ನಾಗಿದ್ದೀನಿ ಪುಟ್ಟ.

ಸಿರಿ - ಆಶೀರ್ವಾದ ಮಾಡಿ(ಕಾಲಿಗೆ ನಮಸ್ಕರಿಸುವಳು).

ಖುಷ್ - ನಿನ್ನಾ ಕನಸಲ್ಲಿ ಕರೆಯುವ ಹುಡುಗ ಬೇಗ ಸಿಗ್ಲಿ.

ಸಿರಿ - ಅಂಕಲ್.......

ಸಿರಿ - ಆಯುಷಿ , ಇಲ್ಲಿನ ವಾತಾವರಣ ಮನಸ್ಸಿಗೆ ಎಷ್ಟು ನೆಮ್ಮದ್ದಿ ಕೊಡುತ್ತೆ ಅಲ್ವಾ? ಹೌದು, ಎಲ್ಲಿಗೆ ಹೋಗಿದ್ದೆ?

ಆಯುಷಿ - ಮಾಡಿ ಮೇಲೆ ಫೋನ್ ಮಾಡೋಕೆ ಹೋಗಿದ್ದೆ, ನೆಟ್ವರ್ಕ್ ಸಿಗ್ಲಿಲ್ಲ.

ಸಿರಿ - ಯಾರಿಗೆ?

ಆಯುಷಿ - ಬಂದ್ಮೇಲೆ ಗೊತ್ತಾಗುತ್ತೆ ತಗೋ.

ಸಿರಿ - ನಂಗೆ ಆಶ್ಚರ್ಯ ಅಗ್ತಿದೆ. ನಾನು ನಿಮ್ಮ್ ಮನೆಗೆ ತಾನೇ ಬಂದಿರೋದು?

ಆಯುಷಿ - ಯಾಕೆ ಹೀಗೆ ಕೇಳ್ತಿದ್ದೀಯಾ?

ಸಿರಿ - ಅಂಕಲ್ ತುಂಬಾ ಖುಷಿ ಅಲ್ಲಿ ಇದ್ದಾರೆ, ನೀನು ಕೂಡ. ಮತ್ತೆ ಮನೇಲಿ ಹಬ್ಬದ ವಾತಾವರಣ.

ಆಯುಷಿ - ಸ್ವಲ್ಪ ಹೊತ್ತು ನಿಂಗೆ ಗೊತ್ತಾಗುತ್ತೆ. ಆದ್ರೆ ನೀನು ಆಂಟಿ, ಅಂಕಲ್ ನು ಕರ್ಕೊಂಡು ಬರ್ಬೇಕಿತ್ತು.

ಸಿರಿ - ಅವ್ರು ಪೂಜೆ ಮಾಡಿಸ್ತಿದ್ರು.

ಆಯುಷಿ - ಮತ್ತೆ ಕನಸ?

ಸಿರಿ - ಹಾ, ಆಯುಷಿ . ಆದ್ರೆ ಈ ಬಾರಿ ತುಂಬಾನೇ ಸ್ಟ್ರಾಂಗ್ ಫೀಲ್ ಅಗ್ತಿದೆ.

ಎಸ್ಟೇಟ್

ಅಶ್ವಿನ್ - ಏನ್ ಆಯ್ತು ರಿಶಿ? ಊಟಕ್ಕೂ ಬರ್ಲಿಲ್ವಲ್ಲ?

ರಿಶಿ - ಏನೋ ಗೊತ್ತಾಗ್ತಿಲ್ಲ. ! ತುಂಬಾ ಸಂಕಟ ಆಗ್ತಿದೆ. ಊರಿಗೆ ಹೋಗ್ಬೇಕು ಅನ್ನುಸ್ತೆ!.

ಅಶ್ವಿನ್ - ಹಾ, ತುಂಬಾ ದಿನ ಆಯ್ತಲ್ಲ ಬಂದು ಅದ್ಕೆ ಇರ್ಬೇಕು.

ರಿಶಿ ನಂಗೆ ನಿಮ್ಮ ಪ್ರೀತಿಯ ಕಥೆ ಕೇಳ್ಬೇಕು ಅಂತ ತುಂಬಾ ಆಸೆ ದಯವಿಟ್ಟು ಹೇಳಿ.

ರಿಶಿ - (ಹೇಳಲು ಪ್ರಾರಂಭಿಸುವ),

ಅವಗಿನು ನನಿಗೆ ಆರು (6)ವರ್ಷ, ಫ್ಯಾಮಿಲಿ ಟ್ರಿಪ್ ಹೋಗಿದ್ವಿ. ಮುರುಡೇಶ್ವರ...

ದೇವಸ್ಥಾನದಲ್ಲಿ ತುಂಬಾ ಜನ ಸೇರಿದ್ರು, ನಾನು ತಪ್ಪಿಸಿಕೊಂಡು ಅಪ್ಪ-ಅಮ್ಮನಿಂದ ದೂರ ಆದೆ. ಜೋರಾಗಿ ಅಳ್ತಿದ್ದೆ, ಆಗ

ಸಿರಿ - ಯಾಕೆ ಅಳ್ತಿದ್ದೀಯ?

ರಿಶಿ - (ಅಳುತ್ತ) ಅಮ್ಮ ಬೇಕು..

ಸಿರಿ - ಹೋ, ನಿನ್ ಅಮ್ಮ ಇಲ್ಲೇ ಬಿಟ್ಟು ಹೋದ್ರ? ನೀನು ಅವ್ರ ಜೊತೆ ಹೋಗ್ಬೇಕಿತ್ತು.

ರಿಶಿ - (ಅಳುತ್ತಾ)ಇಲ್ಲ, ಅವ್ರು ಕಳೆದು ಹೋಗಿದ್ದಾರೆ.ಅವರಿಗೆ ಮನೆಗೆ ಹೋಗೋ ದಾರಿ ಗೊತ್ತಿಲ್ಲ.

ಸಿರಿ - ಹೌದ. ಅವ್ರು ಬರೋವರೆಗೂ ಇಬ್ರು ಇಲ್ಲೇ ಆಟ ಆಡೋಣ ಸರಿನ.

ರಿಶಿ - ಹಾ ಸರಿ...

(ಇಬ್ಬರು ಆಟ ಆಡ್ತಾ ಕೂತರು)

ಸಿರಿ ತಂದೆ - ಸಿರಿ ಬಾ, ದೇವಸ್ಥಾನದ ಒಳಗೆ ಹೋಗೋಣ.

ಸಿರಿ - ತಡಿ ಅಪ್ಪ, ಇವನ ಅಪ್ಪ- ಅಮ್ಮ ಕಳೆದು ಹೋಗಿದ್ದಾರಂತೆ, ಅವ್ರು ಬರ್ಲಿ ಅಲ್ಲಿ ವರೆಗೂ ಇವ್ನ ಜೊತೆ ಆಡೋಣ.

ಸಿರಿ ತಂದೆ - ಏನ್ ಪುಟ್ಟ ನಿನ್ ಹೆಸರು? ಯಾವ್ ಊರು ನಿಮ್ಮದು?

ರಿಶಿ - ರಿಶಿ. ನಮ್ದು ಬೆಂಗಳೂರು. ಅಪ್ಪ - ಅಮ್ಮ ಕಳೆದು ಹೋಗಿದ್ದಾರೆ. (ಅಳುವನು)

ಸಿರಿ ತಂದೆ - ಅಳಬೇಡ, ನಿನ್ ಅಪ್ಪ ನ ಹತ್ತಿರ ನಾನು ಕರ್ಕೊಂಡು ಹೋಗತೀನಿ.

ಶಿವ-ಪರಮೇಶ್ವರ ಈ ಮಗು ತಂದೆ - ತಾಯಿ ಬೇಗ ಸಿಗೋಹಾಗೆ ಮಾಡು. ತಂದೆ-ಮಗು ನ ಒಂದು ಮಾಡು.

ಆನಂತರ ಅವ್ರು ನನ್ನ ಮನೆಗೆ ಕರ್ಕೊಂಡು ಹೋದ್ರು. 2ದಿನ ಅವ್ರ ಮನೇಲೆ ಇದ್ದೆ.

ಸಿರಿ ಜೊತೆ ಆಟ ಆಡ್ತಾ, ತುಂಬಾ ಮುದ್ದ್ -ಮುದ್ದಾಗಿ ಮಾತಾಡೋಳು.

ಸಿರಿ ಅಪ್ಪ ಸಿರಿ ಜೊತೆ ನನಿಗೂ ಊಟ ಮಾಡ್ಸೋರು.

Such an good accident..

ಪೇಪರ್ ಗೆ ಹಾಕ್ಸಿರೋದು ನೋಡಿ ಬೇರೆ ಯಾರೋ ಬಂದಿದ್ರು ನನ್ನ ಕರ್ಕೊಂಡು ಹೋಗೋಕೆ. ಸಿರಿ ಅವ್ನ ನೋಡಿ.

ಸಿರಿ - ನೀವು ರಿಶಿ ಅಪ್ಪ -ಅಮ್ಮನ, ನೋಡೋಕೆ ಕಳ್ರು ಇದ್ದಂಗೆ ಇದ್ದೀರಾ. ರಿಶಿ ಅಪ್ಪ - ಅಮ್ಮ ತುಂಬಾ ಚೆನ್ನಾಗಿದ್ದಾರಂತೆ.

ಥು, ಕಳ್ಳ..

ಅಪರಿಚಿತರು - ನಮ್ಮನ ರಿಶಿ ತಂದೆ - ತಾಯಿ ನೆ ಕಳ್ಸಿರೋದು.

ಸಿರಿ ತಂದೆ - ಯಾಕೋ ನನಿಗೂ ಹಾಗೆ ಅನ್ನಿಸ್ತಿದೆ.

ರಿಶಿ ಪುಟ್ಟ, ಇವ್ರು ಗೊತ್ತಾ ನಿಂಗೆ?

ರಿಶಿ - ಇಲ್ಲ ಅಂಕಲ್. ನಿಮ್ನ ಅಪ್ಪ - ಅಮ್ಮ ಕಳ್ಸಿದ್ರ? ಆದ್ರೆ ಅಪ್ಪ ಗೆ ದಾರಿ ಗೊತಿಲ್ವಲ್ಲ.

ಸಿರಿ ತಂದೆ ಅವ್ನ ಪೊಲೀಸ್ ಗೆ ಒಪ್ಪಿಸಿದ್ರು.

ಆನಂತರ, ಅಪ್ಪ - ಅಮ್ಮ ಬಂದ್ರು ನನ್ನ ಕರ್ಕೊಂಡು ಹೋಗೋಕೆ.

ಸಿರಿ - ನಂಗೆ ಬೇಜಾರ್ ಆಗುತ್ತೆ. ನೀವು ಎಲ್ಲಾ ಇಲ್ಲೇ ಇರಿ.

ರಿಶಿ - ನಮ್ ಮನೆಗೆ ಹೋಗತೀವಿ. ನಿನ್ ಟ್ಯೂಷನ್ ಗೆ ಹೋಗ್ತಿಯಲ್ಲ ನಾನು ಅಲ್ಲೇ ಬರ್ತಿನ್ನಿ.

ಸಿರಿ - ಹೌದ !ಹಾಗಾದ್ರೆ ಸರಿ. ಈ ಡಾಲ್ ತಗೋ, ಒಂದು ನಿಂಗೆ ಒಂದು, ನನ್ ಹತ್ರ ಇದೆ. ನಿಂಗೆ ಬೇಜಾರ್ ಆದಾಗ ಇದರ ಜೊತೆ ಮಾತಾಡು ಅದು ನನ್ ಡಾಲ್ ಗೆ ಹೇಳುತ್ತೆ. ಅವಾಗ ನನಿಗೆ ಗೊತ್ತಾಗುತ್ತೆ.

ಹೀಗೆ ಪ್ರತಿ ದಿನ ನನ್ ಅಪ್ಪ ಇಬ್ರುನ್ನೂ ಟ್ಯೂಷನ್ಗೆ ಕರ್ಕೊಂಡು ಹೋಗೋರು. ಒಂದೆರೆಡು ವರ್ಷ ತುಂಬಾ ಬೆಸ್ಟ್ ಫ್ರೆಂಡ್ಸ್ ಆಗಿದ್ವಿ.

ಆಟ ಆಡ್ತಾ, ಓದ್ಕೊಂತಾ...

ಎಲ್ಲರೂ ಕಲರ್ ನೋಡಿ ಇಷ್ಟ ಪಡ್ತಾರೆ, ಆದ್ರೆ ನಮ್ಗೆ ಹಾಗಲ್ಲ. ನನ್ ಹತ್ರ white doll ಇದೆ ಅದು ಅವಳ ಫೇವರಿಟ್ ಬಣ್ಣ. ನಂಗೆ red ಅದು ಅವಳ ಹತ್ರ ಇದೆ.

ಅಶ್ವಿನ್ - ಮತೆ, ನೀವು ಹೇಗೆ ದೂರ ಆದ್ರಿ?

ರಿಶಿ - ರಜಕ್ಕೆ ಅಂತ ಅಜ್ಜಿ ಊರಿಗೆ ಹೋಗಿದ್ವಿ, ಬಂದು ನೋಡಿದ್ರೆ ಅವ್ರು ಮನೆ ಖಾಲಿ ಮಾಡ್ಕೊಂಡು ಹೋಗಿದ್ರು. ಅವತಿಂದ ನನ್ ಬೆಂಗಳೂರು ಅಲ್ಲಿ ಇದ್ದ ಪ್ರತಿ ದಿನ ಅವರ ಮನೆಗೆ ಹೋಗಿದ್ದೀನಿ ಅವ್ರ ಬಗ್ಗೆ, ಸಿರಿ ಬಗ್ಗೆ ಏನು ಇನ್ಫಾರ್ಮಶನ್ ಸಿಗ್ಲಿಲ್ಲ.

ಅವತ್ತಿನಿಂದ ನನಿಗೆ ಈ ಡಾಲ್, ಇದ್ದಕ್ಕೆ ನಾನು.

ಅಶ್ವಿನ್ - ಕಂಡಿತಾ ಸಿಗ್ತಾಳೆ bro, ಎಲ್ಲಾ ಆ ಭಗವಂತ ನ ಇಚ್ಛೆ.

ಮನೆ ಇಂದ ತುಂಬಾ ಫೋನ್ ಬರ್ತಿದೆ ನನ್ ಹೊರಡ್ತೀನಿ.

(ಅಶ್ವಿನ್ ಮನೆಗೆ ಹೊರಡುವನು)

ಆಯುಷಿ - ಅಶು ಬಂದ್ಯಾ, ಬಾ ನಿಂಗೆ ಯಾರ್ನೋ ಪರಿಚಯ ಮಾಡಿಸ್ತಿನಿ. (ಎಳೆದುಕೊಂಡು ಹೋಗುವಳು)

ಅಶ್ವಿನ್ - ಅಯ್ಯೋ ನಿಧಾನ.

ಆಯುಷಿ - ಇವ್ಳು.. ನನ್ ಬೆಸ್ಟ್ ಫ್ರೆಂಡ್. ಹೆಸರು..,

ಸಿರಿ - ಹಾ, ಹಾ, ನಾನೆ ಹೇಳ್ತೀನಿ. ಹಾಯ್, ನಾನು ಯಾದವ್ ಸಿರಿ ನೀವು ಅಶ್ವಿನ್ ? ಕರೆಕ್ಟ್ ಹಾ?

ಅಶ್ವಿನ್ - ನಿಮಿಗೆ ಹೇಗೆ ಗೊತ್ತಾಯ್ತು?

ಸಿರಿ - ಆಯುಷಿ ನಂಗೆ ಪರಿಚಯ ಆದಾಗಿಂದಾನು ನಿಮ್ ಬಗ್ಗೆ ಹೇಳ್ತಿದ್ದಾಳೆ. ಮನೇಲಿ ಎಲ್ರು ಖುಷಿಯಾಗಿ ಇರೋದು ನೋಡಿದ್ರೇನೇ ಗೊತ್ತಾಯ್ತು..

ಅಶ್ವಿನ್ -(ರಾಧಾ ನ ನೋಡುತ್ತಾ) ಹೌದ ರಾಧಾ?

ಆಯುಷಿ - ತೊ! ಇಲ್ಲಪಾ. ಅಲ್ಲಿ ಅಪ್ಪ ನಿನ್ನಾ ಕರಿತ್ತಿದ್ದಾರೆ ಬಾ.

ಸಿರಿ - ಅವ್ರೆ ಇಲ್ಲಿ ಬಂದ್ರಲ್ಲ.

ಅಶ್ವಿನ್ - ಅಂಕಲ್ ಕರ್ದ್ರಂತೆ.

ಖುಷ್ - ಹಾ ಪುಟ್ಟ, ಎಲ್ಲರು ಇದ್ದಾರೆ ಸಾನಿಕ - ಸಿದ್ಧಾರ್ಥ್ ಗೆ ಫೋನ್ ಮಾಡಿ ಕರಿ. ಭಗವಂತ ಶಿವ ನ ಪೂಜೆ ಇಡ್ಕೊಳ್ಳೋಣ. ನಾನು ಎಸ್ಟೇಟ್ ಗೆ ಹೋಗಿ ಬರ್ತೀನಿ.

ರಾತ್ರಿ ಎಲ್ರು ಊಟ ಮಾಡುವಾಗ.

ಖುಷ್ - ಫೋನ್ ಮಾಡಿದ್ಯಾ ಪುಟ್ಟ? ಯಾವಾಗ ಬರ್ತಾರಂತೆ?

ಅಶ್ವಿನ್ - ಮಾಡಿದ್ದೆ ಅಂಕಲ್ ಆದ್ರೆ ನೆಟ್ವರ್ಕ್ ಸಿಗ್ಲಿಲ್ಲ. ನಾಳೆ ನಾನೆ ಹೋಗಿ ಕರ್ಕೊಂಡು ಬರ್ತೀನಿ.

ಖುಷ್ - ಅಷ್ಟು ದೂರ ಹೋಗೋದು ಬೇಡ ಅಶ್ವಿನ್.

ಅಶ್ವಿನ್ - 4ದಿನ ಅಷ್ಟೆ ಅಂಕಲ್.

ಖುಷ್ - ಸರಿ, ನಿನ್ ಇಷ್ಟ. ಎಲ್ರು ಒಂದಾದ್ರೆ ಅಷ್ಟೆ ಸಾಕು.

ಮರು ದಿನ ಬೆಳಗ್ಗೆ,

(ಅಶ್ವಿನ್ ಊರಿಗೆ ಹೋಗಲು ಬಟ್ಟೆ ಪ್ಯಾಕ್ ಮಾಡ್ಕೋತಿದ್ದ, ಆಯುಷಿ ಸಹಾಯ ಮಾಡ್ತಾ ಇದ್ಲು)

(ಇಬ್ಬರು ದುಃಖದಲ್ಲಿ ಇದ್ದರು),

ಅಶ್ವಿನ್ - ರಾಧಾ ನನ್ ಹೋಗ್ತಿದ್ದಿನಿ ಬೇಜಾರ್ ಅಗ್ತಿಲ್ವಾ?

ಆಯುಷಿ - ಇಲ್ಲ, ಮತ್ತೆ ಬರ್ತಿಯಲ್ಲ.

ಖುಷ್ (ಆಯುಷಿ , ಆಯುಷಿ . (ಕರೆಯುವನು))

ಆಯುಷಿ - ಬಾ, ಅಪ್ಪ ಕರಿತಿದ್ದಾರೆ.

ಅಶ್ವಿನ್ - ನನ್ ಬರ್ತೀನಿ, ನೀನು ಹೋಗಿರು.

ಆಯುಷಿ - (ಹೊರ ನಡಿಯುತ್ತ) (ಮನಸಲ್ಲಿ, ತುಂಬಾ ನೋವಾಗ್ತಿದೆ ಅಶು, ಕಳಿಸೋಕೆ ಮನಸೇ ಇಲ್ಲ).

ಹಾ ಅಪ್ಪ ಹೇಳು,

ಖುಷ್ - ಇದೇನೋ ಕೀ ಬಂಚ್ ಬಿಟ್ಟಿದ್ದೀಯ ನೋಡು.

ಆಯುಷಿ -(ಇಸ್ಕೊಳ್ಳುತ್ತಾ), ಹಾ ಅಪ್ಪ.

ಅಶ್ವಿನ್ -(ಇದನ್ನು ನೋಡುತ್ತಾ), ಈ ಕೀಚೈನ್!

(ರಿಶಿ ಹೇಳಿದ್ದನ್ನು ನೆನಪಿಸಿಕೊಳ್ಳುತ್ತಾ, ಒಂದು ನನ್ ಹತ್ರ ಇದೆ, ಇನ್ನೊಂದು ಅವಳ ಹತ್ರ. ಹೇಳ್ದೆ - ಕೇಳ್ದೆ ಮನೆ ಖಾಲಿ ಮಾಡ್ಕೊಂಡು ಹೋದ್ರು)

ಅಂದ್ರೆ..? ಇದು ಆ ಕೀಚೈನ್ ಥರಾನೇ ಇದೆ.

(ಅಶ್ವಿನ್ ಮನೇಲಿ ಯಾರಿಗೂ ಹೇಳ್ದೆ ಹೋರಾಟ)

ಆಯುಷಿ ಹಿಂಬಾಲಿಸಿ ಓಡಿ ಹೋಗುವಳು.

ಆಯುಷಿ - (ಕೂಗುತ್ತಾ) ಅಶು, ಅಶು.... ಅಶು.......

ಅಶ್ವಿನ್ ಗೆ ರಾಧಾ ಓಡಿ ಬರುತ್ತಿರುವುದು ಗೊತ್ತಾದರೂ ಪ್ರತಿಕ್ರಿಯೆ ನೀಡದೆ ಹೋಗುತ್ತಿದ್ದ.

ಅಶ್ವಿನ್ ಅಲ್ಲೇ ಹತ್ತಿರದ ಸಮುದ್ರದ ತೀರದಲ್ಲಿ (ಬೀಚ್)ಅಲ್ಲಿ ಕಾರ್ ನ ನಿಲ್ಲಿಸಿದ. ಸಮುದ್ರದ ಅಲೆಗಳು ಕಾಲಿಗೆ ಅಪ್ಪಳಿಸುತ್ತಿತ್ತು.

ಅಶ್ವಿನ್ - (ಸಮುದ್ರದ ಬಳಿ), ನೀನು ಎಷ್ಟೇ ಬಾರಿ ನನ್ನ ಕಾಲಿಗೆ ಬಿದ್ದರು ನಾನು ಮಾತ್ರ ನಿನ್ನ ಕ್ಷಮಿಸುವುದಿಲ್ಲ.

ಆಯುಷಿ - (ಓಡಿ ಬಂದು) ಎಷ್ಟು ಕೂಗಿದೆ ಕೇಳಿಲ್ವಾ, ಉಫ್, ಉಫ್.

ಹೌದು ಯಾಕೆ ಹೇಳ್ದೆ ಬಂದೆ? ಅಪ್ಪನಿಗೆ ಬೇಜಾರ್ ಆಗಲ್ವ?

(ಅಶ್ವಿನ್ ಮೌನವಾಗಿಯೇ ನಿಂತಿದ್ದ)

ಯಾಕೆ ಹೀಗೆ silent ಆಗಿ ಇದ್ದೀಯ? ಏನ್ ಅಯ್ತು.

ಅಶ್ವಿನ್ - ಯಾಕೋ ಗೊತ್ತಿಲ್ಲ ರಾಧಾ, ಮನಸ್ಸಿಗೆ ತುಂಬಾ ಬೇಜಾರ್ ಅಗ್ತಿದೆ. ಸಯ್ಬೇಕು ಅನಿಸ್ತಿದೆ.

ಆಯುಷಿ -(ಆಶ್ಚರ್ಯದಿಂದ, ದುಃಖದಿಂದ), ಹಾಗೆಲ್ಲ ಹೇಳ್ಬೇಡ ನೀನು, ನಂಗೆ ಅಳು ಬರುತ್ತೆ. ಬಾ ಇಲ್ಲಿ ಕುತ್ಕೋ. (ಕೂರಿಸಿ ನೀರು ಕೊಡುವಳು)

ನಾನು ಗಮನಿಸುತ್ತಿದ್ದೀನಿ ಅಪ್ಪ, ಅಂಕಲ್-ಆಂಟಿ ನ ಕರ್ಕೊಂಡು ಬಾ ಅಂದಾಗಿಂದ ಹೀಗೆ ಇದ್ದೀಯ. ಏನ್ ಅಯ್ತು? ಹಾಗೆ ಹೇಳಿದ ಕ್ಷಣ ಮೌನವಾದೆ, ಫೋನ್ ಮಾಡ್ಲಿಲ್ಲ ಅಂದ್ರೂನು ನೆಟ್ವರ್ಕ್ ಸಿಗ್ತಿಲ್ಲ ಅಂತ ಸುಳ್ಳು ಹೇಳ್ದೆ, ಈಗ ನೋಡಿದ್ರೆ ಮನೇಲಿ ಯಾರಿಗೂ ಹೇಳ್ದೆ ಹೊರಟಿದ್ದೀಯ. ಇಲ್ಲಿ ಸಮುದ್ರಕ್ಕೆ ಬೈತಿದ್ದೀಯಾ, ಯಾಕೆ? ಅಪ್ಪ-ಅಮ್ಮನ ಕರ್ಕೊಂಡು ಬರೋಕೆ ಯಾಕೆ ಹಿಂಜರಿತ್ತಿದ್ದೀಯ?

ಅಶ್ವಿನ್ -(ರೇಗುತ್ತಾ)ಇಲ್ದೆ ಇರೋರ್ನ ಹೇಗೆ ಕರ್ಕೊಂಡು ಬರ್ಲಿ! (ದುಃಖಿಸುತ್ತಾ)ಹೇಗೆ?

ಆಯುಷಿ - (ಒಂದು ಕ್ಷಣ ಭೂಮಿನೇ ಕುಸಿದಹಾಗೆ ಆಯ್ತು, ಕೆಳ ಕೂತಳು)(ಅಳತೊಡಗಿದಳು)

ಅಶ್ವಿನ್ - (ಅಳುತ್ತಾ)ಹೌದು ರಾಧಾ, ಅಮ್ಮ ನಮ್ಮನ್ನೆಲ್ಲ ಬಿಟ್ಟು ಹೋಗಿ ನಾಲ್ಕು ವರ್ಷ ಅಯ್ತು. (ಕೈ ತೋರಿಸುತ್ತಾ)ಈ ಸಂಮುದ್ರನೇ ನಮ್ಮ ಈ ಸ್ಥಿತಿಗೆ ಕಾರಣ. 4ವರ್ಷದ ಕೆಳಗೆ ಇಂಡಿಯಾ ಗೆ ಬಂದಿದ್ವಿ. ಶಿವನ ದರ್ಶನ ಪಡೆದು ಬೀಚ್ ಅಲ್ಲಿ ಆಡ್ತ ಇದ್ವಿ, ಒಂದು ಕ್ಷಣ ಜೋರಾಗಿ ಅಲೆ ಅಪ್ಪಳಿಸಿತು ಒಂಟಿಯಾಗಿ ಬಂದು ಅಮ್ಮ ನು ಜೊತೇಲಿ

43 | Page

ಕರ್ಕೊಂಡು ಹೋಯಿತು.ಅಮ್ಮನ ದೇಹಾನು ಸಿಗ್ಲಿಲ್ಲ. ಅದೇ ದುಃಖದಲ್ಲಿ ಅಪ್ಪನಿಗೆ ಶಾಕ್ ಆಗಿ ಮೈಂಡ್ ಬ್ಲೈಂಡ್ ಆಗಿದೆ. ಆವತ್ತಿನಿಂದ ವ್ಯಕ್ತಿ ಗುರುತಿಸಿದರು ಅವರೊಂದಿಗೆ ಕಳೆದ ಯಾವ ಘಟನೆಯು ನೆನಪಿಲ್ಲ.

ಆಯುಷಿ - (ದುಃಖದಿಂದ) ಅಶು, ಇಷ್ಟೋಂದೆಲ್ಲ ಆಗಿದ್ರು ಯಾಕೆ ಎಲ್ಲಾರ ಜೊತೆ ಖುಷ್-ಖುಷಿಯಾಗಿ ಇದ್ದೆ. ಇಷ್ಟು ದಿನದಲ್ಲಿ ಯಾವತ್ತು ಹೇಳ್ಬೇಕು ಅಂತ ಯಾಕೆ ಅನ್ನಿಸ್ಲಿಲ್ಲ?

ಅಶ್ವಿನ್ - ಹೇಗೆ ಹೇಳಲಿ ಆಯು, ತುಂಬಾ ವರ್ಷಗಳ ನಂತರ ನನ್ನ ನೋಡಿದ್ದ ನಿಮ್ಮ ಕಣ್ಣುಗಳಲ್ಲಿ ಕೇವಲ ಸಂತೋಷ ಇತ್ತು, ಖುಷಿ ಆಂಟಿನ ನೆಂಸ್ಕೊಂಡು ಇಂದಿಗೂ ಕಣ್ಣೀರು ಹಾಕ್ತಿರೋ ಅಂಕಲ್ ಗೆ ತನ್ನ ತಂಗಿ ಎಂತೆ ಕಾಣುತ್ತಿದ್ದ ಸಾನಿಕ ಇಲ್ಲ ಅಂತ ಹೇಗೆ ಹೇಳಲಿ. ನಿಮ್ ಜೊತೆ ಸೇರಿ ನನಿಗೂ ಸಂತೋಷ ಆಗ್ತಿತ್ತು.ಅಂಕಲ್ ತುಂಬಾ ನೊಂದು ಹೋಗಿದ್ದಾರೆ ಅವ್ರನ್ನ ಇನ್ನು ಹೇಗೆ ನೋಯ್ಸಿಲಿ.

ಆಯುಷಿ - ನನಿಗೆ ಇದನ್ನೆಲ್ಲಾ ಕೇಳೋಕೆ ಆಗ್ತಿಲ್ಲ. ಮನೆಗೆ ಹೋಗೋಣ ಬಾ.. ಬಾ ಅಶು. ಪ್ಲೀಸ್...

ಅಶ್ವಿನ್ - ಎಲ್ಲಾ ವಿಧಿ ಆಟ ರಾಧಾ, ನಮ್ಮ ಕುಟುಂಬಕ್ಕೆ ನೋವು ಕೊಡ್ತಿದ್ದಾನೆ.

ಆಯುಷಿ - ನಾನು ನಿನ್ ಜೊತೆ ಬರ್ತೀನಿ ಅಶ್ವಿನ್.

ಅಶ್ವಿನ್ - (ಕಣ್ಣೀರು ಒರೆಸುತ್ತಾ) ಈಗ ಬೇಡ ಪುಟ್ಟ, ಅಂಕಲ್ ಈಗ ತಾನೇ ಸಂತೋಷದಲ್ಲಿ ಇದ್ದಾರೆ , ಅವ್ರ ಚೆನ್ನಾಗಿ ನೋಡ್ಕೋ. ನೀನು ಮನೆಗೆ ಹೋದಮೇಲೆ ಯಾವುದೇ ಕಾರಣಕ್ಕೂ ಕಣ್ಣೀರು ಹಾಕಬಾರದು.

ಆಯುಷಿ -(ಜೋರಾಗಿ ಅಳುತ್ತಾ) ashuuuu...

ಅಶ್ವಿನ್ - ಈ ಚಾಕ್ಲೆಟ್ ತಗೋ,, ಹುಂ, ಅಳ್ಬೇಡ (ಕಣ್ಣೀರು ಒರೆಸುತ್ತಾ). ನಾನು ಹೊರಡ್ತಿನಿ, ಹುಂ ಟೈಮ್ ಅಯ್ತು...

ಆಯುಷಿ - ನನ್ ಕಣ್ಣೀರು ವರ್ಸತಿದ್ದೀಯಾ ಆದ್ರೆ ನೀನೇ ಎಷ್ಟೊಂದು ಅಲ್ತಿದ್ದೀಯಾ ನೋಡು. ಈ ಚಾಕ್ಲೆಟ್ ನ ಇಬ್ರು ತಿನ್ನೋಣ, ಹಾ.., ಸರಿನ.

ಅಶ್ವಿನ್ - (ದುಃಖದಲ್ಲಿ)ಯಾಕೋ ಮಳೆ ಬಾರೋ ಹಾಗಿದೆ, ಸರಿ ಮನೆಗೆ ಹೋಗು.

ಆಯುಷಿ - ಬೇಗ ಬಾ ಅಶು, I will be waiting for you.

ಅಶ್ವಿನ್ - ಈ ಜಾಕೆಟ್ ತಗೋ ಮಳೆ ಶುರುವಾಯಿತು.
(ಆಯುಷಿ ಅಲ್ಲಿಂದ ಗಾಳಿ ಎನ್ನದೆ, ಮಳೆ ಎನ್ನದೆ ಓಡುವಳು)

ಕಣ್ಣೀರಿಗೆ ಕೊನೆಯೇ ಇಲ್ಲ.
ಮನದಲಿ ದುಃಖ ಮನೆ ಮಾಡುತಿದೆ.
ಆಯುಷಿ -(ಜಾಕೆಟ್ ನೋಡುತ್ತಾ), ಇದು..?
[ನೆನೆಯುತ್ತ,
ಅಶ್ವಿನ್ - ರಾಧಾ ಇಲ್ಲಿ ನೋಡು ಖುಷಿ ಆಂಟಿ ಜಾಕೆಟ್ ಕೊಡ್ಸಿದ್ರು.
ಆಯುಷಿ - ದೊಡ್ಡುದಿದೆ ಅಶು ಇದು !
ಅಶ್ವಿನ್ - ಅಲಾ, ಇದು ಖುಷಿ ಆಂಟಿ ಅಪ್ಪಗೆ, ಅಣ್ಣ ತಗೋ ಅಂತ ಕೊಡ್ತಿದ್ರು ನಾನೆ ಇಸ್ಕೊಂಡು ಬಿಟ್ಟೆ. ಇರು ಅಪ್ಪಗೆ ಕೊಡ್ತಿನಿ.
ಆಯುಷಿ - ಬೇಡ ಅಶು, ಇದು ಚೆನ್ನಾಗಿದೆ. ದೊಡ್ಡೋನಾದ್ಮೇಲೆ ಹಾಕೋವಂತೆ ನೀನೇ ಇಡ್ಕೊ].
ಅಂದ್ರೆ, ಅಶು ಜೀವಿಸ್ತಿರೋದು ನಮ್ಮ ಸ್ಪರ್ಶ ದಲ್ಲೆ.. ಹಳೆಯ ನೆನಪಲ್ಲಿ.

ಮಳೆ ಹನಿಯೊಂದಿಗೆ ಕಣ್ಣೀರು
ಹಂಚಿಕೊಂಡರೆ, ಮಳೆಗೂ ಕಣ್ಣಿಗು ಸಂಬಂಧ
ಜೀವಗಳಿಗೆ ಜಾಗವೇ ಇಲ್ಲವೇ?

ಆಯುಷಿಗೆ ಎಂದಿಗು ಅಶ್ವಿನ್ ನ
ಅವಕಾಶವಿಲ್ಲವೇ?

ಅಶ್ವಿನ್ - ಇನ್ನು ನಾನು ಮುಂದಿನ ದಾರಿಯತ್ತ ಸಾಗಬೇಕು.
(ಫೋನ್ ಮಾಡುವನು), ಹಲೋ ರಿಶಿ.... !

ವಿಧಿಯ ಆಟ ತಡೆಯಲಾಗದು
ಕಾಲ ಚಕ್ರವ ನಿಲ್ಲಿಸಲಾಗದು

ಭಗವಂತನ ಇಚ್ಛೆಯ ಮೇಲೆ
ನಡೆಯುತ್ತಿರುವ
ಈ ಜೀವನದಲ್ಲಿ ಗಡಿಯಾರಕ್ಕೂ
ಮೀರಿದಷ್ಟು ಮುಳ್ಳುಗಳೇ?

ಜೀವನದಲ್ಲಿ ಕೇವಲ
ಅಡೆ-ತಡೆಗಳೇ?

ಖುಷ್ - ಸಿರಿ, ಆಯುಷಿ ಎಲ್ಲಿ?ಊಟ ಮಾಡಿದ್ಲಾ?

ಸಿರಿ - ಅಂಕಲ್ ಅವ್ಳು ಮಲಗಿದ್ದಾಳೆ. ಊಟಕ್ಕೆ ಬರ್ಲಿಲ್ಲ.

ಖುಷ್ - ತಗೋ(ಊಟ ಕೊಡುತ್ತಾ), ಊಟ ಮಾಡ್ಸು, ನಾನ್ ಕೊಟ್ಟೆ ಅಂತ ಹೇಳ್ಬೇಡ, ನಾನೆ ಊಟ ಮಾಡ್ಸಿದ್ರೆ ನನ್ನ ನೋಡಿ ಇನ್ನು ನೊಂದ್ಕೊಳ್ತಾಳೆ. ಅಶ್ವಿನ್ ಹೋಗಿ ಎರೆಡು ದಿನವಾದ್ರು ಇನ್ನು ಹಾಗೆ ಇದ್ದಾಳೆ. ಹುಚ್ಚ್ ಹುಡುಗಿ !

(ಸಿರಿ ಆಯುಷಿ ಬಳಿ ಬರುವಳು)

ಸಿರಿ - ಆಯುಷಿ , ಬಾ ಊಟ ಮಾಡು.

ಆಯುಷಿ - ಹಸಿವಿಲ್ಲ.

ಸಿರಿ - ಇನ್ನು ಎಷ್ಟು ದಿನ ಹೀಗೆ ಇರ್ತಿಯ?

ಅಶ್ವಿನ್ ಅಂಕಲ್ ಗೆ ಕಾಲ್ ಮಾಡಿದ್ದ, ಕೆಲಸ ತುಂಬಾ ಇದೆ ಹಬ್ಬಕ್ಕೆ ಬರೋಕೆ ಆಗಲ್ಲ ಅಂತ ಹೇಳ್ದ.

(ಆಯುಷಿ ಆಶ್ಚರ್ಯದಿಂದ ಮುಖ ನೋಡುವಳು)

ಸಿರಿ - ಇಷ್ಟು ವರ್ಷ ನೀನೇನೋ ಅವ್ನು ಬಾರೋ ದಾರಿನೇ ಕಾದೆ, ಆದ್ರೆ ಅವ್ನು?

ಆಯುಷಿ - ಸೀತಾ-ರಾಮ ದೂರ ಆದಾಗ, ಅವ್ರು ಹೇಗಿದ್ದಾರೆ ಅಂತ ಮತ್ತೊಬ್ರಿಗೆ ಗೊತ್ತಿಲ್ದೆ ಇದ್ರು ಮತ್ತೆ ಒಂದಾಗ್ತೀವಿ ಅನ್ನೋ ನಂಬಿಕೆ ಇತ್ತು. ನನಿಗೂ ನಂಬಿಕೆ ಇದೆ ಸಿರಿ. (ದುಃಖದಲ್ಲಿ)ಅಶ್ವಿನ್ ಇಲ್ಲದೆ ಆಯುಷಿ ಇಲ್ಲ.... ಇಲ್ಲ...

ಸಿರಿ - ಅಳ್ಬೇಡ ಆಯು, ನಿಮ್ಮಿಬ್ರು ಮೇಲೆ ದೇವರ ಆಶೀರ್ವಾದ ಇದೆ. ವಿಧಿಯ ಕ್ರೂರ ಆಟ...

ಒಬ್ಬರ ಸಂತೋಷಕ್ಕೆ

ಮತ್ತೊಬ್ಬರ ನೋವು ಸಾಕ್ಷಿಯಾಗಬೇಕೇ?

(ಒಂದು ವರ್ಷದ ನಂತರ)

(ಜೋರಾಗಿ ಮಳೆ ಬರುತ್ತಿತ್ತು, ಆಯುಷಿ ಎಷ್ಟು ಬಾರಿ ಫೋನ್ ಮಾಡಿದರು ಅಶ್ವಿನ್ ಗೆ ಕನೆಕ್ಟ್ ಆಗ್ತಿರ್ಲಿಲ್ಲ).

ಖುಷ್ - ಕಂದ... (ತಲೆ ಸವ್ರುವನು)

ಆಯುಷಿ - (ದುಃಖದಿಂದ), ಅಪ್ಪ ಎಷ್ಟು ಬಾರಿ ಕಾಲ್ ಮಾಡಿದ್ರುನು ಕನೆಕ್ಟ್ ಆಗ್ತಿಲ್ಲ... ಎಲ್ಲಿದ್ದನೋ? ಹೇಗಿದ್ದನ್ನೂ.?

ಖುಷ್ - ಅಳ್ಬೇಡ ಮಗಳೇ, ನೀನು ಹೀಗೆ ಇದ್ರೆ ನನಿಗು ಬೇಜಾರ್ ಆಗಲ್ವ? ಇಲ್ಲಿ ನೆಟ್ವರ್ಕ್ ಸಮಸ್ಯೆ ಬೇರೆ. ! ನಿನ್ನಾ ಮುಂದಿನ ಓದಿನ ಕಡೆ ಗಮನ ಕೊಡು ಪುಟ್ಟ. ನಮ್ಮ ಕೈಯಲ್ಲಿರೋ ಒಂದು ಕಂಪನಿ ಉಳಿಸ್ಕೊಳ್ಬೇಕು. ಆಶ್ರಮದ ಮಕ್ಕಳ ಬಗ್ಗೆ ಯೋಚಿಸ ಬೇಕು ಅಲ್ವಾ?

ಆಯುಷಿ - ಹಾ ಅಪ್ಪ, ಆದ್ರೆ ಪ್ರತಿ ಸಲ ಮಳೆ ಬರ್ಬೇಕಾದ್ರೆ ಮತ್ತೆ ಅಶ್ವಿನ್ ಬರ್ತಾನೆ ಅಂತ ಮನಸ್ಸು ಗಟ್ಟಿಯಾಗಿ ಹೇಳುತ್ತೆ.

(ಖುಷ್ ಮೌನವಾದನು)

ಆಯುಷಿ - ಸರಿ ಅಪ್ಪ,

ಆದ್ರೆ ಅಪ್ಪ ಅದಕ್ಕೆ ನಾನು ಹುಬ್ಳಿಗೆ ಹೋಗ್ಬೇಕು , ದಯವಿಟ್ಟು ಕಲಿಸಿಕೊಡು. ಪ್ಲೀಸ್ ಅಪ್ಪ..

ಖುಷ್ - ಆದ್ರೆ ಪುಟ್ಟ...

ಆಯುಷಿ - ಸ್ವಲ್ಪ ದಿನ ಅಷ್ಟೆ ಅಪ್ಪ, ನನ್ ಜೊತೆ ಸಿರಿನು ಇರ್ತಾಳೆ.

ಬೇಡ ಅನ್ಬೇಡ ಪ್ಲೀಸ್...

ಮರು ದಿನ,

ಆಯುಷಿ - (ಕಾಲಿಗೆ ನಮಸ್ಕರಿಸುತ್ತಾ) ಬರ್ತೀನಿ ಅಪ್ಪ.

ಖುಷ್ - ಹುಷಾರು ಮಗಳೇ, ಬೇಗ ಕೆಲಸ ಮುಗುಸ್ಕೊಂಡು ಬಾ. ಈ ಅಪ್ಪನ ಒಂಟಿಯಾಗಿ ಬಿಡ್ಬೇಡ...

ರಿಶಿ - ಅಂಕಲ್ ಬರ್ತೀನಿ(ಕಾಲಿಗೆ ನಮಸ್ಕರಿಸುವನು).

ಖುಷ್ - ಇಬ್ರು ಹುಷಾರಾಗಿ ಹೋಗ್ಬನ್ನಿ.

ರಿಶಿ - ಆಯುಷಿ , ಬಾ. ಬೇಗ ಹೊರೋಡೋಣ, ಮಳೆ ಬೇರೆ ಶುರುವಾಯಿತು.

ರಿಶಿ - ಯೋಚ್ನೆ ಮಾಡ್ಬೇಡ ಆಯುಷಿ , ನಾವು ಹೋಗ್ತಿರೋದು ಬೆಂಗಳೂರ್ಗೆ ! ಹುಬ್ಳಿಗೆ ಅಲ್ಲ.

ಆಯುಷಿ - (ಆಶ್ಚರ್ಯದಿಂದ)ರಿಶಿ. !

ಸಮುದ್ರ ಹತ್ತಿರ ಬಂದಂತೆ,

ಆಯುಷಿ - ರಿಶಿ, ಕಾರ್ ನಿಲ್ಸು.. !

(ಸಮುದ್ರದ ಬಳಿ ನಡೆಯುತ್ತಾ)

ಹೇ ಭಗವಂತ ಇದೇನು ನಿನ್ನ ಆಟ

ಮನಸ್ಸಿನ ಮಾತು ಕೇಳಲ?

ಮನಸ್ಸಿನಿಂದ ದೂರ ಆಗಲ

ರಿಶಿ - ನೊಂದ್ಕೊಬೇಡ ಆಯುಷಿ ,

ಆಯುಷಿ - ಹೇಗೆ ರಿಶಿ? ಒಂದು ವರ್ಷ ಅಯ್ತಲ್ಲೋ ! ಆದ್ರೆ ನಿಂಗೆ ಹೇಗೆ ಗೊತಾಯ್ತು ಬೆಂಗಳೂರು ಗೆ ಹೋಗ್ತಿರೋದು?

ರಿಶಿ - ನಾನು ನಿನ್ನ ಡ್ರಾಪ್ ಮಾಡ್ತಿನಿ ಅಂತ ಹೇಳ್ದೆ ಇದ್ರೆ ಅಂಕಲ್ ಬೇರೆ ವ್ಯವಸ್ಥೆ ಮಾಡ್ತಿದ್ರು. ಆಮೇಲೆ ನಿನ್ ಹೇಳಿದ ಹಾಗೆ ಹುಬ್ಳಿಗೆ ಹೋಗ್ಬೇಕಾಗಿತ್ತು.

ಆಯುಷಿ - ಆದ್ರೆ ಇದೆಲ್ಲ ನಿಂಗೆ ಹೇಗೆ ಗೊತ್ತು. ಇಷ್ಟೊಂದು ರಿಸ್ಕ್ ಯಾಕೆ ತಗೋಳ್ತಿದ್ದಿಯ ರಿಶಿ. ಅಪ್ಪಂಗೆ ಗೊತ್ತಾದ್ರೆ?

ರಿಶಿ - ನೀವು ನನ್ನ ಇಷ್ಟು ದಿನ ಎಷ್ಟು ಚೆನ್ನಾಗಿ ನೋಡ್ಕೊಂಡಿದ್ದೀರಾ.

(ಕಣ್ಣಲ್ಲಿ ನೀರು ತುಂಬಿಕೊಂಡು)ಅದ್ರಲ್ಲೂ ಆಯುಷಿ -ಅಶ್ವಿನ್ ಇಲ್ಲದೆ ನನ್ನ ಮನಸ್ಸಿನ ಜೊತೆ ಮಾತಾಡ್ತಾ ಇದ್ದೋರು ನಂಗೆ ಸಿಗ್ತಿರ್ಲಿಲ್ಲ. ಎಂದಿಗೂ ಒಂದಾಗ್ತಿರ್ಲಿಲ್ಲ.

ಆಯುಷಿ - ಅಂದ್ರೆ .. ಅರ್ಥ ಆಗ್ಲಿಲ್ಲ.

ರಿಶಿ - (ಮುಗುಳ್ನಗುತ್ತಾ)ಹುಂ..

ಅವತ್ತು ಅಶ್ವಿನ್ ಕಾಲ್ ಮಾಡಿ,

[ಅಶ್ವಿನ್ - ಹಲೋ ರಿಶಿ,

ರಿಶಿ - ಅಶ್ವಿನ್ ಹೊರಡ್ತಿದ್ದಿಯೆಂತೆ? ಒಂದು ಮಾತು ಹೇಳಿಲ್ವಲ್ಲ. !

ಅಶ್ವಿನ್ - ಸ್ವಲ್ಪ ಅವಸರ ಆಯ್ತು ಅದ್ಕೆ.

ಅದು ಬಿಡು, ನೀನು ಎಲ್ಲೇ ಇದ್ರು ಅಲ್ಲೇ ಕೂರು.

ರಿಶಿ - (ಮುಗುಳ್ನಗುತ್ತ)ಯಾಕೋ,? ಏನ್ ಅಯ್ತು?

ಅಶ್ವಿನ್ - ನಂಗೆ ಏನು ಆಗಿಲ್ಲ, ನಾನು ಹೇಳೋ ವಿಷಯ ಕೇಳಿ ನಿಂಗು ಏನು ಆಗ್ಬಾರ್ದು.

ರಿಶಿ - ಏನ್ ಅಯ್ತೋ? ಏನಾದ್ರು ತೊಂದ್ರೆ ಆಯ್ತಾ?

ಅಶ್ವಿನ್ - ಹೇಳಲ...?

ರಿಶಿ - ಅಯ್ಯೋ, ಹೇಳೋ ನಿನ್ ಅಜ್ಜಿ.

ಅಶ್ವಿನ್ - ನಿನ್ನಾ doll girl, ಸಿರಿ ಬೇರೆ ಯಾರು ಅಲ್ಲ ಕಣೋ, ರಾಧಾನ್ ಫ್ರೆಂಡ್ ! ಅವ್ರ ಮನೇಗೆ ಬಂದಿರೋರು.. !

ರಿಶಿ -(ಒಂದು ಕ್ಷಣ ಭೂಕಂಪ ಆದಹಾಗೆ, ಮಾತೆ ಇಲ್ಲ)!!!

ಅಶ್ವಿನ್ - (ಕೂಗುವನು) ಹಲೋ, ಹಲೋ......

ರಿಶಿ ಇದಿಯೇನೋ? ಹೋಗ್ಲಿ, ಬದುಕಿದ್ದೀಯೇನೋ....?]

ಆ ಕ್ಷಣಕ್ಕೆ ನನಿಗೆ ಏನ್ ಮಾತಾಡ್ಬೇಕು ಅಂತ ಗೊತ್ತಾಗ್ಲಿಲ್ಲ. ನಾನು ಹಾಗೆ ಕಾಲ್ ಕಟ್ ಮಾಡಿದೆ ..

ಸ್ವಲ್ಪ ಹೊತ್ತು ಬಿಟ್ಟು ಇದು ನನ್ನ ಕನಸ್ಸು ಇರ್ಬೇಕು ಅಂತ ಮತ್ತೆ ಫೋನ್ ಮಾಡ್ದೆ, ಆದ್ರೆ ಅದು ನಿಜ !

ಅಶ್ವಿನ್, ಅತ್ತಿಗೆ ಚಿಕ್ಕೋರ್ ಇದ್ದಾಗ ಪಾಯಸ ಚೆನ್ನಾಗಿ ಮಾಡ್ತಾರೆ ಅಂದಿದ್ಯಲ್ಲ ಪ್ರೀತಿ ಇಂದ ನೀನೇ ಮಾಡ್ಕೊಂಡು ಬಾ ಅಂದ.

ಆವತ್ತೇ ಕೊನೆ ಆವತ್ತಿನಿಂದ ಅವ್ನ ಜೊತೆ ಮಾತಾಡಿಲ್ಲ ! ಆದ್ರೆ ಈ ವಿಷಯ ನಿನಿಗೂ ಗೊತ್ತಿತ್ತು ಅಲ್ವಾ?

ಆಯುಷಿ - ಹಾ.., ನನಿಗು ಇತ್ತೀಚೆಗೆ ಗೊತ್ತಾಗಿದ್ದು..

ಎಲ್ಲಾ ಆ ಭಗವಂತನ ಇಚ್ಛೆ, ನಿಮ್ಮನ್ನ ಪರಿಚಯ ಮಾಡ್ಸಿರೋನು ಒಂದು ಮಾಡೇ-ಮಾಡತಾನೆ.

ಅಶ್ವಿನ್
(ರಾಧಾನ ನೆನೆದು ದುಃಖಿಸುತ್ತಿದ್ದ)

[ಹಳೆಯದನ್ನು ನೆನೆಯುತ್ತ,
(ಒಂದು ವರ್ಷದ ಹಿಂದೆ)
ಖುಷ್ ಆಯುಷಿಗೆ ಕೀಚೈನ್ ಕೊಡುವುದನ್ನು ಕಂಡು...
ಅಶ್ವಿನ್ - ಅಂದ್ರೆ.? ಈ ಕೀಚೈನ್?
(ತನ್ನಲ್ಲಿಯೇ ಮಾತನಾಡುವ)ನನ್ ರಾಧಾ ಬಗ್ಗೆ ನನಿಗೆ ಗೊತ್ತು.
ಯಾವ ವಿಷಯಾನು ನನ್ ಇಂದ ಮುಚ್ಚಿಟ್ಟಿಲ್ಲ. ಮುಚ್ಚಿಡಲ್ಲ
ಕೂಡ !ಅಂದ್ಮೇಲೆ ಇದು !!!!ಸಿರಿ...]

ಇನ್ನು ನಾನು ಇಂಡಿಯಾಗೆ ಹೊರಡಬೇಕು. ಹೀಗೆ ಇಲ್ಲೇ ಇದ್ರೆ ಕಷ್ಟ ಆಗುತ್ತೆ..

ಜೀವಾನೇ ಹೋದಹಾಗೆ ಆಗ್ತಿದೆ ರಾಧಾ
ಒಂದು ಬಾರಿ ಆದರೂ ಕರೆ ಮಾಡು
ಈ ನಿನ್ನ ಜೀವ ಹೋಗುವ ಮುನ್ನ
ಒಂದು ಬಾರಿ ಆದರೂ ಈ ಜೀವವ ಸೇರು
ನಾಶ ಆಗುವ ಮುನ್ನ

ಈ ಜೀವದ ಉಸಿರು ನೀ, ಉಸಿರು ನಿಂತರೆ ಜೀವ ಹೇಗೆ ಸಾಗುವುದು?
(ರಾತ್ರಿಯ ವೇಳೆ),

ಆಯುಷಿ - ಅರೇ, ಇಲ್ಲಿ ನೆಟ್ವರ್ಕ್ ಸಿಗುತ್ತೆ ಅಲ್ವಾ, ಆದ್ರೆ ನನ್ ಹತ್ರ ಮೊಬೈಲ್ ಇಲ್ವಲ್ಲ.
ಇಲ್ಲ ಏನಾದ್ರು ಮಾಡಬೇಕು,,, ಹಾ, ನನ್ ಹಳೆ ಪ್ಲಾನ್ ಇದೆ ಅಲ. !
(ಬೇರೆಯವರ ಮೊಬೈಲ್ ಎತ್ಕೊಂಡು ಹೊರ ಹೋದಳು)

ಅಶ್ವಿನ್ (ಆಯುಷಿಗೆ ಕಾಲ್ ಮಾಡುವನು).

ಅಸ್ವಿನಿ (आपके डयल किया गया नंबर अस्तित्व मे नहीं है)

The number you are trying to reach is currently doesn't exist.

ಆಯುಷಿ (The number you are trying to reach is currently busy, please try after some time)

ಸ್ವಲ್ಪ ಸಮಯದ ನಂತರ,

(ಚಂದನ್ ಎಂದರೆ ಅಶ್ವಿನ್ ಗೆಳೆಯ, ಅವನೊಂದಿಗೆ ಇರುವನು).

(ಊಟ ಮಾಡುತ್ತಾ ಇದ್ದರು)

ಚಂದನ್ - ಪ್ರತಿ ದಿನ ನೀನು ಉಳಿಸುವ ಈ ಒಂದು ತುತ್ತು ಎಂದಿಗೆ ಆಯುಷಿನ ಸೇರುತ್ತೊ?

ಅಶ್ವಿನ್ - ಪ್ರೀತಿಯ ಈ ತುತ್ತು ಎಂದಿಗು ಅವಳದ್ದೇ ..

ಚಂದು - ಹೇ, ದೇವರೇ...

ಅಶ್ವಿನ್ ಯಾವುದೊ ಕಾಲ್ ಬರ್ತಿದೆ ನೋಡು, ನಾನು ಅಂಕಲ್ ಗೆ ಊಟ ಮಾಡ್ಸಿ ಬರ್ತೀನಿ.

(ದುಃಖದ, ಮೌನದ ಮಾತುಗಳು)

ಅಶ್ವಿನ್ -ಹಲೋ

ಆಯುಷಿ (ಮೌನ)

ಅಶ್ವಿನ್ -ರಾಧಾ... !

ಆಯುಷಿ (ಜೋರಾಗಿ ಅಳುವಳು)

ಅಶ್ವಿನ್ -ರಾಧಾ.. !, ರಾಧಾ,.

ಆಯುಷಿ - ಅಶು...

ಅಶ್ವಿನ್ - ಹೇಗಿದ್ದಿಯೋ.?

ಆಯುಷಿ - ನಾನು ಬೆಂಗಳೂರ್ಗೆ ಬಂದಿದ್ದೀನಿ.

ಅಶ್ವಿನ್ -(ಆಶ್ಚರದಿಂದ), ಹಾ !

ಇರು ಹತ್ತು ನಿಮಿಷ ಕಾಲ್ ಮಾಡ್ತೀನಿ.

(ಅಶ್ವಿನ್ ಅಲ್ಲಿಂದ ಓಡಿದನು),

ಚಂದನ್ - (ಜೋರಾಗಿ)ಅಶ್ವಿನ್ ಹೇ ಎಲ್ಲಿಗೆ ಹೋಗ್ತಿದ್ದಿಯ.? ಮೆಲ್ಲಕೆ ಹೋಗೋ. !

ಆಯುಷಿ - ಈಡಿಯಟ್ !ಎಷ್ಟೋ ದಿನ ಆದ್ಮೇಲೆ ಕಾಲ್ ಮಾಡಿದ್ದೀನಿ, ಮಾತಾಡೋದು ಬಿಟ್ಟು ಹತ್ತು ನಿಮಿಷ ಬಿಟ್ಟು ಮಾಡ್ತಾನಂತೆ. ಕಾಲ್ ಮಾಡ್ಲಿ, ಮಾತಾಡಿದ್ರೆ ಕೇಳು..

(ಆಕಡೆ ಅಶ್ವಿನ್, ದಾರಿಯೇ ನಿಲ್ಲದಂತೆ ಓಡಿದನು)

(ಇಪ್ಪತ್ತು ನಿಮಿಷದಲ್ಲಿ ಆಯುಷಿ ಮುಂದೆ ಅಶ್ವಿನ್ ಪ್ರತ್ಯೇಕ್ಷ)

(ಅಶ್ವಿನ್ ಓಡಿ ಬಂದು ಕೆಳ ಕೂತನು)

ಅಶ್ವಿನ್ - (ಜೋರಾಗಿ ಉಸಿರಾಡುತ್ತ)ಉಫ್., ಉಫ್...

ಆಯುಷಿ - (ಮೆಲ್ಲನೆ ಕೆಳ ಕರುತ್ತಾ), ಅಶು...

ಅಶ್ವಿನ್ - ಮತ್ತೆ ಒಂದು ಸಲ ಅಶು ಅನ್ನೋ ಪ್ಲೀಸ್..,

ಆಯುಷಿ - ಅಶು...

ಆಯುಷಿ - ನಾನು ಇಲ್ಲಿಗೆ ಬಂದಿರೋದು ಅಪ್ಪಗೆ ಗೊತ್ತಿಲ್ಲ !ಗೊತ್ತಾದ್ರೆ ಬೇಜಾರ್ ಆಗ್ತಾರೆ. ಅಪ್ಪನ ಬಿಟ್ಟು ಇರೋದು ಕಷ್ಟ, ನನ್ನ ಊರಿಗೆ ಬಿಟ್ಟು ಬಾ.

ಅಶ್ವಿನ್ - ಹಾಗೇನಾದ್ರೂ ಮಾಡಿದ್ರೆ ನಿನ್ ಜೊತೆ ನನಿಗು ಏಟು ಬೀಳ್ತಾವೆ. ಅಳ್ಬೇಡ, ನನ್ ರಾಧಾ ಚೆನ್ನಾಗಿ ಕಾಣಲ್ಲ..

ಆಯುಷಿ - ಮತೇ ಹೇಗೆ ಕಾಣಿಸ್ತಿನಿ?

ಅಶ್ವಿನ್ - ಹಾ, ತೇಟ್ ಕೋತಿ ತರ.

ಆಯುಷಿ - ಹಾ,, ನಿನ್ನಾ..

ಅಶ್ವಿನ್ - ನಿಜ ಹೇಳಿದ್ರೆ ನಂಬಲ್ಲ..

ಆಯುಷಿ - ಊರಿಗೆ ಬೇಡ, ಕೇಳಲ್ಲ. ಆದ್ರೆ ಒಂದು ಬಿಟ್ಟು ಅಮ್ಮನ ಹತ್ರ ಕರ್ಕೊಂಡು ಹೋಗು... ಪ್ಲೀಸ್...ಇಲ್ಲ ಅನ್ಬೇಡ .

ಅಶ್ವಿನ್ - ಸರಿ ಪುಟ್ಟ, ಗೆಳತಿಯ ಮಾತಿನಂತೆ ಗೆಳೆಯ ಮಾಡುವ..

ಆಯುಷಿ - ಹೌದು, ನಾನು ಇಲ್ಲಿ ಇರೋದು ಹೇಗೆ ಗೊತಾಯಿತು?

ಅಶ್ವಿನ್ - ಜೀವಕೆ ಉಸಿರು ಎಲ್ಲಿ ಇರುತ್ತೆ ಅಂತ ಗೊತ್ತಾಗಲ್ವಾ, ಹುಂ? ಉಸಿರು ಇಲ್ಲದೆ ಜೀವ ಇರೋಲ್ಲ.

(ಮರು ದಿನ ಇಬ್ಬರು ಆಶ್ರಮಕ್ಕೆ ಹೋಗುವರು),

ಆಯುಷಿ - ಹೇ,, ಎಲ್ಲಿ ಹೋಗ್ತಿದ್ದಿಯ?

ಅಶ್ವಿನ್ - ಒಳಗಡೆ.

ಆಯುಷಿ - ಗೇಟ್ ಇಂದ ಹೋದ್ರೆ ನಿನ್ನ ಸನ್ಮಾನ ಮಾಡ್ತಾರಾ? , ಅಪ್ಪನಿಗೆ ಗೊತ್ತಾಗುತ್ತೆ !

ಅಶ್ವಿನ್ - ಮತೆ ಹೇಗೆ ಹೋಗೋದು.

ಆಯುಷಿ - ಕಾಂಪೌಂಡ್ ಹಾರ್ ಬೇಕು ಅಷ್ಟೆ.

ಅಶ್ವಿನ್ - ಅದು ಅಷ್ಟೆ ನ. ಕಂಪನಿ ನಾಡಿಸೋನು ನಾನು, ನಿನ್ ತರ ಕೋತಿ ಅಲ್ಲ.

ಆಯುಷಿ -ಸರಿ ಬಿಡು ನಾನೆ ಹೋಗ್ತೀನಿ.

ಅಶ್ವಿನ್ -ಇರು ನಾನು ಬರ್ತೀನಿ.

(ಗೊಣಗುತ್ತ , ನಿನ್ ಜೊತೆ ಇದ್ರೆ ಅಷ್ಟೆ.. !)

(ಒಳಗೆ ಹೋಗುವರು)

Entrance ಅಲ್ಲಿ ಶಿವನ ಮೂರ್ತಿಯನ್ನು ರಾಧಾ-ಅಶ್ವಿನ್ ನೋಡುತ್ತಾ ನಿಂತರ, ಇಬ್ಬರ ಕಣ್ಣಲ್ಲಿ ನೀರು ತುಂಬಿಕೊಂಡಿತು.

ಅಶ್ವಿನ್ - ಈ ಜಾಗ ನೆನಪಿದೆನಾ ರಾಧಾ,? ಆಂಟಿ-ಅಂಕಲ್, ಅಮ್ಮ-ಅಪ್ಪ, ನೀನು-ನಾನು ಎಲ್ಲಾ ಸೇರಿ ಮಾಡಿದ್ದೂ. ಪ್ರೀತಿಯ ಮೂರ್ತಿ .

ಆಯುಷಿ - ಹಾ, ಅಶು.. ಇಲ್ಲಿಯ ಎಲ್ಲಾ ಮಕ್ಕಳಿಗೆ ಆಶೀರ್ವಾದ ಇದು.. ಭಗವಂತ (ನಮಸ್ಕರಿಸುವರು).

ರಾಧಾ-ಕೃಷ್ಣನ ಪ್ರೀತಿಯ ಸ್ವರೂಪ, ಅಮ್ಮನ ಕೊನೆಯ ಹೆಜ್ಜೆ ..
ಮಕ್ಕಳು ಪ್ರಾರ್ಥಿಸುತ್ತಾ ನಿಂತ್ತಿದ್ದರು.
ಅಮ್ಮನ ಮುಂದೆ ಆಯುಷಿಳ ಕಂಬನಿ,
ಆಯುಷಿ - ಮಾ,,,
ಹೇಗಿದ್ದೀಯ ಮಾ...ಯಾಕೆ ಏನು ಮಾತಾಡ್ತಿಲ್ಲ? ನನ್ ಮೇಲೆ ಕೋಪಾನ? ಹಾ? ಇಲ್ಲಿರೋ ಪ್ರತಿಯೊಂದು ಪುಟ್ಟ ಜೀವವು ನಿನ್ನ ಕನಸ್ಸು. ಆ ಕನಸುಗಳಿಗೆ ಪೆಟ್ಟಾಗಬಾರದು ಅಂತ ನಿಧಾನ ಆಯ್ತು.

(ಅಶ್ವಿನ್-ಆಯುಷಿ ಖುಷಿಯ ಗೋರಿಗೆ ನಮಸ್ಕರಿಸುತ್ತಾ)
ಆಯುಷಿ - ನನಿಗೆ ಒಂದು ಆಸೆ ಅಶ್ವಿನ್, ನಾವು ಮತ್ತೆ ಇಲ್ಲಿಗೆ ಬರ್ಬೇಕು.ಅದ್ಕೆ ಕಂಪನಿ ಕೈಗೆ ಬರಬೇಕು, ಪ್ರಾಜೆಕ್ಟ್ ಸಿಕ್ಕಿದೆಅದಕ್ಕೆ ನಾನು ಸಹಾಯ ಮಾಡ್ತಿದ್ದೀನಿ . ಹೇಗಾದ್ರು ಅದನ್ನ aprove ಮಾಡ್ಕೋಬೇಕು. ಆಗ ಕನಸಿನ ಮೊದಲನೆ ಹೆಜ್ಜೆ...
ಅಶ್ವಿನ್ - ಎಲ್ಲಾ ಒಳ್ಳೇದಾಗುತ್ತೆ,ನಾನು ನಿನ್ ಜೊತೆ ಇದ್ದೀನಲ್ಲ..
(ಜೋರಾಗಿ ಗಾಳಿ ಬೀಸಿತು)..
ಇಬ್ಬರ ಮುಖದಲ್ಲು ನಗು ಮೂಡಿತು.

(ಸ್ವಲ್ಪ ದಿನಗಳ ನಂತರ, ಆಯುಷಿ ಸಿರಿ ಮನೆಗೆ ಹೋಗುವಳು)
ಸಿರಿ ಅಳುತ್ತಾ ಇದ್ದಳು,
ಆಯುಷಿ - ಸಿರಿ, ಏನ್ ಆಯ್ತು? ಅಲ್ಲಿ ಆಂಟಿ ನೋಡಿದ್ರೆ ನೀನು ಬೆಳಗ್ಗೆ ಇಂದ ಏನು ತಿಂದಿಲ್ಲ ಅಂತ ಪೂಜೆ ಮಾಡ್ತಿದ್ದಾರೆ, ನೀನು ಇಲ್ಲಿ ಅಳ್ತಿದ್ದೀಯಾ. (ಮುಖ ನೋಡುತ್ತಾ)ಯಾಕೋ ಬೇಜಾರ್ ಆಗಿದ್ದೀಯಾ.?
ಸಿರಿ - ನನ್ನ ರಿಶಿ ನನಿಗೆ ಸಿಕ್ಕಿಬಿಟ್ಟ ಕಣೋ.... ಆದ್ರೆ !!
ಆಯುಷಿ - ಏನ್ ಅಯ್ತೋ?
ಸಿರಿ - ಅಣ್ಣಾಗೆ ಗೊತ್ತಾಗಿದೆ... ಇವಾಗ ನನ್ ಜೊತೆ ಇಬ್ರು ಮಾತಾಡ್ತಿಲ್ಲ. ಎಲ್ಲಿದ್ದಾರೋ? ಹೇಗಿದ್ದಾರೋ?
ಆಯುಷಿ - ಅಣ್ಣ ಗೆ ನಾನು ಕನ್ವಿನ್ಸ್ ಮಾಡ್ತೀನಿ. You don't worry. Smile...
ಸಿರಿ (ಮುಗುಳ್ನಗುವಳು)

ಆಯುಷಿ - ಇದು ಸಿರಿ.

ಸಿರಿ - (ಮನದ ಜೊತೆ ಮಾತು), ಯಾವಾಗಲು ಮನಸ್ಸಿನ ಅನುಭವಕ್ಕೆ ಬಂದಂತೆ ಅನಿಸುತ್ತಿತ್ತು, ಯಾರೋ ಕೂಗಿ ಕರಿತಿದ್ದಾರೆ. ಆದರೆ ಕೆಲವು ಬಾರಿ ಅದು ಕಲ್ಪನೆ ಎಂದು ಮೌನವಾಗುತ್ತಿತ್ತು.

ಸ್ವಪ್ನದ ಜಗತ್ತಿನಲ್ಲಿ ಹೇಗೆ ಪ್ರತಿಕ್ಷಣವು ಇರಲು ಸಾಧ್ಯವಿಲ್ಲವೋ, ಹಾಗೆ ಮನಸ್ಸಿನ ಈ ಸುಂದರವಾದ ಸ್ವಪ್ನ ಬರಿ ಕಲ್ಪನೆ. ಆದರೆ... !

ಕಳೆದ ದಿನಗಳನ್ನು ನೆನೆಯುತ್ತ ಉಯ್ಯಾಲೆ ಮೇಲೆ ಕೂತಳು.

ಕಣ್ಣು ಮುಚ್ಚುತ್ತಾ... ಪ್ರೀತಿಸುವ ಹೃದಯದ ಮಾತು,

ರಿಶಿ...

[(ಒಂದು ವಾರದ ಹಿಂದೆ, ಸಮುದ್ರದಲ್ಲಿ ಶಂಖ ಆರಿಸುತ್ತಿರುವಾಗ, ಭಗವಂತನ ಆಶೀರ್ವಾದದೊಂದಿಗೆ ಒಂದಾಗೊ ಜೀವಗಳ ಮೇಲೆ ಹೆಚ್ಚಿನ ಪ್ರೀತಿ.

ರಿಶಿ - ನಿಂಗೆ ಏನೋ ಹೇಳ್ಬೇಕು.

ಸಿರಿ- ಹಾ..

ರಿಶಿ - ನೀನು ಅಂದ್ರೆ ತುಂಬಾ ಇಷ್ಟ.

ಸಿರಿ (ಗಾಬರಿ ಇಂದ ಮುಖ ನೋಡಿ).

ರಿಷಿಕೇಶ್ ಅವ್ರೆ, ನಿಮಗೆ ನಾನು ತುಂಬಾ ದಿನಗಳಿಂದ ಗೊತ್ತಿರಬಹುದು, ಆದ್ರೆ ನಂಗೆ,,!

ನಮ್ಮದು ಅಕಸ್ಮಾತ್ ಪರಿಚಯ !

ರಿಶಿ (ಮೌನ)

ಸಿರಿ - ಬೇಜಾರ್ ಆಗ್ಬೇಡಿ ಪ್ಲೀಸ್,,, ನಾನು ಒಬ್ರನ್ನ ಮನಸಿಂದ ಇಷ್ಟ ಪಡ್ತಿದ್ದೀನಿ. ಅದು ಚಿಕ್ಕ ವಯಸ್ಸಿನಿಂದ (ಕೀಚೈನ್ ನೋಡುತ್ತಾ) ಎಲ್ಲಿದ್ದೀಯ ರಿಶಿ?

ರಿಶಿ - ಇಲ್ಲೇ ಇದ್ದೀನಲ್ಲ !

ಸಿರಿ - ನೀವಲ್ಲಪ.

ರಿಶಿ -(ಸಂತೋಷದಿಂದ) ಇಲ್ಲಿ ನೋಡು (ಕೀಚೈನ್ ಇಡಿದು).

ಸಿರಿ (ಆಶ್ಚರದಿಂದ, ಖುಷಿ ಪಡುತ್ತಾ) ಹಾಗಾದ್ರೆ, ಹಾಗಾದ್ರೆ, !

ಇದು ನನ್ನ ಕಲ್ಪನೆಯಲ್ಲ...

(ಮನದಲಿ)ಹಾಗಾದ್ರೆ, ಇಷ್ಟು ದಿನ ನಾನು ಇದ್ದಿದ್ದು ಸ್ವಪ್ನದ ಜಗತ್ತಿನಲ್ಲಲ್ಲ...

ಏನು ಪ್ರತಿಕ್ರಿಯೆ ನೀಡದೆ ಹಾರಿಸಿರೋ ಶಂಖ ಕೈಗೆ ಕೊಟ್ಟೆ.

(ಮೌನದ ಮಾತು), ಕೇವಲ ನಿನೊಂದಿಗೆ ಸಾಗಬೇಕು

ಆದ್ರೆ, ಏನು ಮಾತನಾಡಲು ಬಯಸುತ್ತಿಲ್ಲ

ಪದಗಳು ಹೂವಿನ ಸುರಿಮಳೆಯಾದರು

ಹೊರ ಬರುತ್ತಿಲ್ಲ

ಅವು ಸಹ ಮನದಲಿ ಮೌನವಾಗಿವೆ

ಈ ಮೌನವನು ಅನುಭವಿಸಲು

ಮನ ಭಯಸುತ್ತಿದೆ).

(ಆಕಡೆ ರಿಷಿಯು ಅಶ್ವಿನ್ ಬಳಿ ಹೇಳುತ್ತಿರುವನು)

ರಿಶಿ - ನನ್ನ ನೆನೆಸಿಕೊಳ್ತಿದ್ದಿಯ ಸಿರಿ? ಕಳೆದ ದಿನಗಳ್ಳನ್ನು ನೆನೆಯುತ್ತ,

[(ದೇವರ ಬಳಿ ಬೇಡುತ್ತಾ)ದೇವರೇ ನಿನ್ನ ಸನ್ನಿಧಿಯಲ್ಲಿ ಭೇಟಿಯಾದ ನಮಗೆ ಆಶೀರ್ವಾದ ಮಾಡು, ನನ್ನ ಪ್ರೀತಿ ನಿಜವಾದಲ್ಲಿ ದೇವಸ್ಥಾನದ ಮೂರು ಸುತ್ತು ಜೊತೆಯಲಿ ಹೆಜ್ಜೆ ಹಾಕೋಹಾಗೆ ಮಾಡು.

ಸಿರಿಯ ಮನದಲು ಆಲೋಚನೆ ಬಂದಿತು. ರಿಶಿಯನ್ನು ಹುಡುಕುತ್ತಾ ಬಂದ ಅವಳು, ಇಬ್ಬರು ಒಟ್ಟಿಗೆ ನಡೆದೆವು. .

ಮೌನದ ಕಡೆಯಲಿ ನಡೆ.

My love is true and eternal

ಅವಳ ಹುಟ್ಟು ಹಬ್ಬದ ದಿನ ನನ್ನ ವಿಶ್ಗೆ (wish)ಕಾಯುತ್ತ ಹಾಗೆ ಮಲಗಿದ್ದಳು. ಸಂಜೆ ಸುಮಾರಿಗೆ ಅವಳ ಚಿತ್ರವನ್ನೇ ಉಡುಗೊರೆಯಾಗಿ ನೀಡಿ ಕುಂಕುಮ ನೀಡುತ್ತಾ ಬೀಳುವ ನಕ್ಷತ್ರಕ್ಕೆ ಬೇಡಿಕೆ ಇಟ್ಟೆವು.]

Distance never matters

When it is love.

ಆಯುಷಿ - ಸಿರಿ, ಹೇ ಕನಸ್ಸು ಕಂಡಿದ್ದು ಸಾಕು. ಬಾ ಹೊರಗಡೆ ಹೋಗೋಣ.

(ಹೊರಗಡೆ ಹೋದ ನಂತರ)

(ಸಿರಿ ರಿಷಿಯನ್ನು ಕಂಡು excite ಆಗಿ ಅಳತೊಡಗಿದಳು)

ರಿಶಿ - ಹೇ ಸಿರಿ, see here. ಅಳ್ಬೇಡ ಎಲ್ಲಾ ಸರಿಹೋಗುತ್ತೆ...

(ಸಿರಿ ಮುಖ ಹಾಗೆ ಅರಳಿತು)

ಆಯುಷಿ -ಹಾ, ಇವಾಗ ಇದೆ ಖುಷಿಗೆ ನಮಿಗೆ ಚಾಕ್ಲೆಟ್ ಬೇಕಲ್ಲ.

ರಿಶಿ - ಅಶ್ವಿನ್ ಬರ್ತನೆ ಇರಪ.. ಎಲ್ಲಾದು ಇದೆ.

ಆಯುಷಿ - ಥೋ.., ಅದು ಯಾಕೆ.

ಅಶ್ವಿನ್ - ಏನು ಅದು ನಾ !(ಕಿವಿ ಹಿಂಡುವನು)

ಆಯುಷಿ - ಗೂಬೆಗೆ ಅದು ಅಂತ ತಾನೇ ಹೇಳೋದು..

ನೋಯಿತಿದೆ ಬಿಡು...

ಅಶ್ವಿನ್ -ಸೋತೆ ಅಂತ ಹೇಳು ಮತೆ.

ಆಯುಷಿ - ಇಲ್ಲ, ನಾನೇನು ಸೊತ್ತಿಲ್ಲ.

ಅಶ್ವಿನ್ - ಹಾಗಾದ್ರೆ ಅದು ಹೇಗೆ ಬಿಡ್ಸ್ಕೊತಿಯೋ ಬಿಡ್ಸ್ಕೊ.

ಆಯುಷಿ - ಅಶು...

ಅಶ್ವಿನ್ - ಹುಚ್ ಹುಡುಗಿ,, (ತಲೆಗೆ ಹೊಡಿಯುವನು).

ಆಯುಷಿ - ಅಶು.....

ರಿಶಿ - ಸರಿ ಬನ್ನಿ ಟೈಮ್ ಆಗುತ್ತೆ.

Let the tym stay
Make a home here
This home should loved by everyone
And not to move on
Would i stop running clock?
Let the tym stay...

(ಆಯುಷಿ ಅಶ್ವಿನ್ ಗೆ ಕಾಲ್ ಮಾಡಿ, ಅಳುತ್ತಾ ಭಯಗೊಳ್ಳುತ್ತ)

ಆಯುಷಿ - ಹಲೋ, ಹಲೋ ಅಶು ಎಲ್ಲಿದ್ದೀಯ ಅಶು, ಬೇಗ ಬಾ ಅಶು...

ಅಶ್ವಿನ್ - ರಾಧಾ !ಏನ್ ಅಯ್ತು? 1st ಸಮಾಧಾನ ಮಾಡ್ಕೋ.

ಆಯುಷಿ - (ಅಳುತ್ತಾ)ಬೇಗ ಬಾ ಅಶು, ತುಂಬ ಭಯ ಆಗ್ತಿದೆ.

ಅಶ್ವಿನ್ -ರಾಧಾ, ರಾಧಾ, ಸಮಾಧಾನವಾಗಿ ಹೇಳು.

ಆಯುಷಿ -. ಆಫೀಸ್ ನೆಕ್ಸ್ಟ್ ರೋಡ್ ಅಶು, ಯಾರೋ ಅಟ್ಟಿಸಿಕೊಂಡು ಬರ್ತಿದ್ದಾರೆ.

ಅಶ್ವಿನ್ - ಕಾಲ್ ಕಟ್ ಮಾಡ್ಬೇಡ ನಾ ಬರೋವರೆಗೂ. ಬರ್ತಿದ್ದೀನಿ, ಅಲ್ಲಿ ಯಾವದಾದ್ರು ಗಾಡಿ ಇದ್ರೆ ಬಚ್ಚಿಡಕೋ.

ಆಯುಷಿ -ಹಾ ಹಾ ಸರಿ (ನಿಟ್ಟುಸಿರು ಬಿಡುತ್ತಾ)..

(ಅಶ್ವಿನ್ ಬಂದು ಕರ್ಕೊಂಡು ಓಡ್ತಾನೆ).

ಆಯುಷಿ - ಇನ್ನು ಎಷ್ಟು ದೂರ.. ನಂಗೆ ಸುಸ್ತಾಗ್ತಿದೆ ಅಶು

ಅಶ್ವಿನ್ - ಇನ್ನು ಸ್ವಲ್ಪ ಅಷ್ಟೆ ರಾಧಾ, ಗಾಡಿ ವರೆಗು ..

(ಗಾಡಿ ಹತ್ರ ಹೋದರು)

(ಸುಸ್ತಾಗಿ ಕೆಳ ಕೂತರು)

ಆಯುಷಿ - ಉಫ್, ಉಫ್.. ನೀರು ಬೇಕು ಅನ್ನಿಸ್ತಿದೆ.

ಅಶ್ವಿನ್ - (ಜೋರಾಗಿ ಉಸಿರಾಡುತ್ತ)ಇರು ತರ್ತೀನಿ.

ಆಯುಷಿ - (ಅಶ್ವಿನ್ ಕೈ ನೋಡುತ್ತಾ), ಅಶು ಇದೇನು ಎಷ್ಟೊಂದು ರಕ್ತ ಬರ್ತಾ ಇದೆ..

ಅಶ್ವಿನ್ - ಚಿಕ್ಕ ಗಾಯ ಬಿಡು.. ಮನೆ ಇಂದ ಬರ್ಬೇಕಾದ್ರೆ ಗ್ಲಾಸ್ ನೆಡ್ತು!

ಆಯುಷಿ -(ದುಪ್ಪಟ್ಟವನ್ನು ಕಟ್ಟುತ್ತಾ, ಕಣ್ಣಲ್ಲಿ ನೀರು ತುಂಬಿಕೊಂಡು)

ಹುಷಾರ್ ಆಗಿ ಓಡಾಡೋದಲ್ವ.

ಅಶ್ವಿನ್ -ಕೋತಿ, ಇಷ್ಟಕ್ಕೆ ಅಳ್ತಾರಾ (ಕಣ್ಣೀರು ಒರೆಸುತ್ತಾ), ಹೌದು ನಿನ್ನ ಗಾಡಿ ಎಲ್ಲಿ?

ಆಯುಷಿ -ಕೆಟ್ಟು ಹೋಗಿತ್ತು ಅಂತ ನಡ್ಕೊಂಡು ಬರ್ತಿದ್ದೆ.

ಅಶ್ವಿನ್ - ತೆಗೆದು ಬಿಟ್ಟ ಅಂದ್ರೆ, ಕಾಲ್ ಆದ್ರೂ ಮಾಡ್ಬೇಕು ಅಲ್ವಾ. ಸ್ವಲ್ಪ ಹೆಚ್ಚು ಕಮ್ಮಿ ಆಗಿದ್ರೆ..

ಬಾ, ಮನೆಗೆ ಹೋಗೋಣ ಹಾಸ್ಟೆಲ್ ಬಾಗ್ಲು ಹಾಕಿರುತ್ತೆ. ಪ್ರಾಜೆಕ್ಟ್ ಮಾಡಿ ಸುಸ್ತಾಗಿರ್ತಿಯ ಊಟ ಮಾಡೋಣ..

ಅದ್ರು ಇಷ್ಟೊಂದು ರಿಸ್ಕ್ ತಗೊಳ್ಬೇಕು ಅಂತ ಮುಂಚೆನೇ ಗೊತ್ತಿದಿದ್ರೆ ಬರ್ತಾನೆ ಇರ್ಲಿಲ್ಲ !

ಆಯುಷಿ - (ಕೋಪದಲ್ಲಿ) ಮತೆ ಯಾಕೆ ಬಂದೆ.?

ಅಶ್ವಿನ್ - ಮನೇಲಿ ಕರ್ಕೊಂಡು ಬಾ ಅಂತ ಕಳ್ಸಿದ್ರು. ಅದ್ಕೆ

ಆಯುಷಿ - ಹೊ, ಹಾಗಾದ್ರೆ ನಿನಾಗೆ ಬಂದಿಲ್ಲ !

ಅಶ್ವಿನ್ - ಕೋತಿಗೋಸ್ಕರ ಯಾರ್ ಬರ್ತರೆ?

ಆಯುಷಿ - ಹಾ, ಇದೆ ನೋಡು ಇವಾಗ.

(ಮನೆಗೆ ಹೋದರು, ಅಶ್ವಿನ್ ತಂದೆ ಸಿದ್ದಾರ್ಥ್ ಹೊರಗಡೆ ಕೂತ್ತಿದ್ದರು)

ಅಶ್ವಿನ್ - ಅಲ್ಲಿ ನೋಡು ಅಪ್ಪ ಕೂತಿದ್ದಾರೆ (ಕೈ ತೋರಿಸುವನು)

ಆಯುಷಿ - (ಕಾಲಿಗೆ ನಮಸ್ಕರಿಸುತ್ತಾ), ಅಂಕಲ್ ಹೇಗಿದ್ದೀರ?

(ಸಿದ್ದಾರ್ಥ್ ಮುಖ ನೋಡಿ ಸುಮ್ನೆ ಆದನು)

ಅಶ್ವಿನ್ - ಅಪ್ಪ, ರಾಧಾ ಅಪ್ಪ.

ಸಿದ್ದಾರ್ಥ್ - (ತೊದಲುತ್ತ)ಅ, ಅ... ಆಯುಷಿ .

ಆಯುಷಿ (ಕಣ್ಣಲ್ಲಿ ನೀರು ತುಂಬಿಕೊಂಡಳು)

ಅಶ್ವಿನ್ - ಅಪ್ಪ ಇಲ್ಲಿ ಕೂತಿದ್ದೀರಲ್ಲ, ಚಳಿ ಇದೆ ಬನ್ನಿ ಒಳಗಡೆ ಹೋಗೋಣ.

ಅಶ್ವಿನ್ - ಆಯುಷಿ , ನೋಡು ಅಲ್ಲಿ ಚಂದು.

(ಆಯುಷಿ ಹೋಗಿ ಕಾಲಿಗೆ ನಮಸ್ಕರಿಸುವಳು)

ಚಂದನ್ - ಹೇ, ಹೇ... ಯಾಕೋ?

ಆಯುಷಿ - ನೆರಳು ಆಶ್ರಮದ ಆಶ್ರಯದಲ್ಲಿ ಬೆಳೆದಿರೋರ ಆಶೀರ್ವಾದ ಇರ್ಬೇಕು ಅಲ್ವಾ. ಹೇಗಿದ್ದೀಯ ಅಣ್ಣ?

ಚಂದನ್ - ನಾನು ಚೆನ್ನಾಗಿದ್ದೀನಿ. ನೀನು ಪುಟ್ಟ?

ಆಯುಷಿ - ಎಲ್ಲಾ ನಿನ್ ಆಶೀರ್ವಾದ ಅಣ್ಣ.

ಅಶ್ವಿನ್ - ಲೇ ಹಸಿವಾಗ್ತಿದೆ. ಏನ್ ಮಾಡಿದ್ದೀಯ?

ಚಂದನ್ - ಏನು ಮಾಡಿಲ್ಲ ಇನ್ನು, ಅಂಕಲ್ ಬೇರೆ ಊಟ ಮಾಡಲ್ಲ ಅಂದ್ರು.

ಆಯುಷಿ - ಯಾಕೆ?

ಚಂದನ್ - ಯಾಕೋ ಅಸಿವಿಲ್ಲ ಅಂದ್ರು.

ಆಯುಷಿ - ನಾನು ಊಟಕ್ಕೆ ಮಾಡ್ತೀನಿ. ಅವ್ರು ಸಹ ತಿಂದೆ ತಿಂತಾರೆ.

ಚಂದನ್ - ಹಾಗಾದ್ರೆ ಇವತ್ತು ರುಚಿ-ರುಚಿಯಾದ ಊಟ. ನನ್ ತಂಗಿ ಮನೆಗೆ ಬಂದ್ರೆ ಖುಷಿ ಇಂದ ತುಂಬುತ್ತೆ,.ಪುಟ್ಟ ಹುಡುಗಿ.

ಅಶ್ವಿನ್ - ಯಾರು, ಇವಳಿಂದನ !

ಚಂದನ್ - ಸಾಕು, ಸಾಕು ಜಾಸ್ತಿ ಕಡಿಸ್ಬೇಡ ನನ್ ಮುದ್ದುಗೆ..

ಆಯುಷಿ - ಬರಿ ಇದೆ ಆಯ್ತು ಇವನ್ನದು. ಬಾ ಅಣ್ಣ ಊಟಕ್ಕೆ ಮಾಡೋಣ.

ಅಶ್ವಿನ್ - ಹೋಗು, ಪದೆ -ಪದೆ ಕುಂಭಕರ್ಣನ ತಂಗಿ ಅಂತ ಪ್ರೂವ್ ಮಾಡ್ತೀಯ.

ಚಂದನ್ -(ಮುಖ ನೋಡತ್ತಾ) ಏನ್ ಅಂದೇ?

ಅಶ್ವಿನ್ - ಅಯ್ಯೋ ಮಾತಿಗೆ ಹೇಳ್ದೆ, ನೀನ್ ಯಾಕೆ ಕೋಪ ಮಾಡ್ಕೊಳ್ತಿಯ.

ಸ್ವಲ್ಪ ಹೊತ್ತಿನ ನಂತರ,

ಅಶ್ವಿನ್ - ಬಾ ಚಂದು, ಊಟ ಮಾಡೋಣ.(ಮುಖ ನೋಡುತ್ತಾ)

ಯಾಕೋ ಕಣ್ಣಲ್ಲಿ ನೀರು?

ಚಂದನ್ - ಅಲ್ಲಿ ನೋಡು, ಆಯುಷಿ ಅಂಕಲ್ ಗೆ ಊಟ ಮಾಡಿಸ್ತಿರೋದು. ಇವಾಗ ಗೊತ್ತಾಯಿತು ನೀನಿಗೆ ಯಾಕೆ ಅಪ್ಪ ಬಿಟ್ಟು ಇರೋಕೆ ಕಷ್ಟ ಅಂತ.

ಅಶ್ವಿನ್ - ನನ್ ರಾಧಾ ಯಾವಾಗ್ಲೂ ಹೀಗೆ..

ಚಂದನ್ - ಅಶ್ವಿನ್ ನಂಗೆ ಯಾಕೋ ಆಯುಷಿ ಇಲ್ಲೇ ಇದ್ದು ಅಂಕಲ್ ನಾ ನೋಡ್ಕೊಂಡ್ರೆ ಅಂಕಲ್ ಹುಷಾರ್ ಆಗ್ತಾರೆ ಅನ್ನಿಸ್ತಿದೆ.

ಅಶ್ವಿನ್ - ಬೇಡ ಚಂದು, ಅವ್ಳಿಗೆ ಅಪ್ಪನ ಕಂಡೀಶನ್ ಗೊತ್ತಿಲ್ಲ. ಗೊತ್ತಾದ್ರೆ ತುಂಬಾ ನೊಂದ್ಕೊಳ್ತಾಳೆ, ನನ್ ಕೈಲಿ ಸಮಾಧಾನ ಮಾಡೋಕೆ ಆಗಲ್ಲ.

(ಮೂರು ಜನ ಊಟ ಮಾಡುತ್ತಾ ಕೂತರು)

ಆಯುಷಿ - ಹೇ, ಅಶು.. ಏನ್ ಮಾಡ್ತಿದ್ದೀಯಾ. ಕೈಗೆ ಪೆಟ್ಟಾಗಿದೆ ಅಲಾ, ಇರು ನಾನೆ ಊಟ ಮಾಡಿಸ್ತಿನಿ. ಅಣ್ಣ ನಿನಿಗೂ ಕೂಡ.

(ಆಯುಷಿ ಇಬ್ರಿಗೂ ಊಟ ಮಾಡಿಸುತ್ತಾ)

ಆಯುಷಿ - ಯಾಕೆ ಅಣ್ಣ ಕಣ್ಣಲ್ಲಿ ನೀರು?

ಚಂದನ್ - ಅಮ್ಮನ ಕೈ ತುತ್ತು ಹೇಗೆ ಇರುತ್ತೆ ಅಂತ ಗೊತ್ತಿಲ್ಲ. ಆದ್ರೆ, ತಂಗಿ ಕೈ ತುತ್ತಲ್ಲಿ ಕೇವಲ ಪ್ರೀತಿ ತುಂಬಿದೆ.

ಇರು ನಾನು ತಿನ್ನಿಸ್ತಿನಿ..

ಅಶ್ವಿನ್ - (ಮೆಲ್ಲನೆ ಧ್ವನಿಯಲ್ಲಿ) ಅಪ್ಪನಿಗೆ ಮಾತ್ರೆ (tablets)ಕೊಡು ನಾನು ರಾಧಾ ನಾ ಮೇಲೆ ಕರ್ಕೊಂಡು ಹೋಗ್ತೀನಿ.

ಅಶ್ವಿನ್ - ಬಾ ರಾಧಾ ಸುಸ್ತಾಗಿದ್ದೀಯ ಮಲ್ಕೋ.

ಆಯುಷಿ - ಇಲ್ಲ, ತುಂಬಾ ವರ್ಷಗಳ ನಂತರ ಅಂಕಲ್ ಜೊತೆ ಇರ್ಬೇಕು ಅಂತ ಬಂದಿದ್ದೀನಿ ಇವತ್ತು ಅವರ ಮಡಿಲಲ್ಲೇ ಮಲಗೋದು.

ಅಶ್ವಿನ್ - ಬೇಡ ಪುಟ್ಟ.

ಆಯುಷಿ - ಯಾಕೆ?

ಅಶ್ವಿನ್ -(ರೇಗುತ್ತಾ)ಒಂದು ಸಾರಿ ಹೇಳಿದ್ರೆ ಅರ್ಥ ಆಗಲ್ವ?

ಆಯುಷಿ - (ಬೇಜಾರ್ ಅಲ್ಲಿ)ಸರಿ.

ಆಯುಷಿ - ಅಶು, ನಿಂತ್ಕೋ !

ಅಂಕಲ್ಗೆ ಏನ್ ಆಗಿದೆ? ಅವ್ರು ಯಾಕೆ ನನ್ ಜೊತೆ ಮಾತಾಡ್ತಿಲ್ಲ. ಮೊದಲು ಮಗಳೇ ಅಂತ ಕರೀತಿದ್ರು ಆದ್ರೆ ಇವತ್ತು ಏನು ಪ್ರತಿಕ್ರಿಯೆನೆ ಇಲ್ಲ. ಹೇಳು ಏನ್ ಆಗಿದೆ ಅಂಕಲ್ ಗೆ.

ಅಶ್ವಿನ್ - (ದುಃಖದಲ್ಲಿ)ಅಪ್ಪನ ಬ್ರೈನ್ ಗೆ ಪೆಟ್ಟು ಬಿದ್ದಿದೆ ರಾಧಾ. ಅವ್ರಿಗೆ ಯಾವ್ದು ನೆನಪಿಲ್ಲ.. ನಾವೆಲ್ಲ ಒಟ್ಟಿಗೆ ಇದ್ದೀವಿ ಅನ್ಕೊಂಡಿದ್ದರೆ ! ಅಮ್ಮ ನಮ್ ಜೊತೆ ಇಲ್ಲ ಅನ್ನೋದು ಗೊತ್ತಿಲ್ಲ ಅವ್ರ್ಗೆ !

ಆಯುಷಿ - (ಅಳುತ್ತಾ)ಹಾಗಾದ್ರೆ ಅವ್ರು ಯಾವತ್ತು ಮೊದಲಿನ ತರ ಆಗಲ್ವ?

ಅಶ್ವಿನ್ - ಡಾಕ್ಟರ್ ಕೊಟ್ಟಿದ್ದ ಟೈಮ್ ಮುಗ್ದಿದೆ ರಾಧಾ.

ಆಯುಷಿ - ಅಶು ಈ ಕಾರಣಕ್ಕೆ ನನ್ನ ಇಷ್ಟು ದಿನ ಮನೆಗೆ ಕರ್ಕೊಂಡು ಬರ್ಲಿಲ್ವಾ? ನಾನು ಬೆಂಗಳೂರ್ ಅಲ್ಲಿ ಎಷ್ಟು ದಿನ ಇರ್ತಿನೋ ಗೊತ್ತಿಲ್ಲ ಆದ್ರೆ ಇರೊ ದಿನಗಳ್ಳಲ್ಲಿ ಅವ್ರ ನೆನಪು ತರೋ ಪ್ರಯತ್ನ ಮಾಡ್ತಿನಿ. ಡಾಕ್ಟರ್ ಹತ್ರ ನಾನ್ ಮಾತಾಡ್ತಿನಿ.

ಅಶ್ವಿನ್ - ರಾಧಾನ ಇಚ್ಛೆಗೆ ಬೇಡ ಅನ್ನೋಕೆ ಆಗಲ್ಲ. ಅಪ್ಪ ಮೊದಲಿನ ತರ ಆದ್ರೆ ಸಾಕು. ಸರಿ, ಸರಿ ಬಾ ನಿಂಗೆ ಎಲ್ಲೊ ಕರ್ಕೊಂಡು ಹೋಗ್ಬೇಕು.

ಆಯುಷಿ - ಎಲ್ಲಿಗೆ?

ಅಶ್ವಿನ್ - ನನ್ನ ಫೇವರಿಟ್ ಜಾಗಕ್ಕೆ.

ಆಯುಷಿ - ಅಶು, ಏನ್ ಇದು? ಎಲ್ಲಾ ಹಳೆ ನೆನಪುಗಳು ಇದ್ದಂಗೆ ಇದೆ ಅಲಾ.

ಅಶ್ವಿನ್ - ಹಾ, ನಮ್ ಬಾಲ್ಯದ ನೆನಪುಗಳು..

ಆಯುಷಿ - (ಮುಗುಳ್ನಗುತ್ತ) ಈ ಚಿತ್ರ ನೋಡು, ಅವಾಗ ನೀನೇ ಬಿಡ್ಸಿದ್ದು.. (ನಗುತ್ತಾ)ಥೇಟ್ ಗೂಬೆ ತರ ಇದ್ದೀಯ.

ಅಶ್ವಿನ್ - ಹುಂ, ನಾನು ಗೂಬೆ ನೀನು same ಕೋತಿ ತರ ಮಲಗಿದ್ದೀಯ.. ಹಹ,,

ಆಯುಷಿ - ಅಯ್ಯೋ, ನಗೋದು ನೋಡು !

ಅಶ್ವಿನ್ - ರಾಧಾ ಇಲ್ಲಿ ನೋಡು, ಇದು ನೆನಪಿದೆನಾ?

ಆಯುಷಿ - ಹಾ,ನೀನು ನಾನು ಚಂದು ಅಣ್ಣ.

ಇದನ್ನೆಲ್ಲಾ ಎಷ್ಟು ಚೆನ್ನಾಗಿ ಇಟ್ಕೊಂಡಿದ್ದೀಯಲ್ಲ.

ಆಯುಷಿ - ಅಶು, ಇದೇನೋ ಈ ರೂಮ್ ತುಂಬಾ ಮ್ಯೂಸಿಕ್ ಇನ್ಸ್ಟ್ರುಮೆಂಟ್ಸ್ ಇದೆ.

ಅಶ್ವಿನ್ - ನನಿಗೆ ಮ್ಯೂಸಿಕ್ ಅಂದ್ರೆ ಪ್ರಾಣ ಅಲಾ ಅದ್ಕೆ. ನಿಂಗೆ ಏನನ್ನು ನುಡಿಸೋಕೆ ಬರಲ್ವಾ.?

ಆಯುಷಿ - ಇಲ್ಲ,!

ಅಶ್ವಿನ್ - ಕೋತಿಗು ಸಹ ಏನು ಬರಲ್ಲ ಬಿಡು, ಹಾ.

ಆಯುಷಿ - ಮಾ ನುಡಿಸ್ತಿದ್ದ ಒಂದು ಟ್ಯೂನ್ ಬರುತ್ತೆ. ನನಿಗೆ ಅದು ಒಂದೇ ಸಾಕು ಜೀವನಕ್ಕೆ.

ಅಶ್ವಿನ್ - ಹಾಗಾದ್ರೆ ತಗೋ ಅದನ್ನೇ ನುಡಿಸು(ಗಿಟಾರ್ ಕೈಲಿ ಕೊಡುವನು).

ಆಯುಷಿ - ಅಶು ಇದು...?

ಅಶ್ವಿನ್ - ಹುಂ ಇದು ಖುಷಿ ಆಂಟಿದು, ನಿಮ್ ಹಳೆ ಮನೇಲಿ ಬಿಟ್ಟು ಹೋಗಿದ್ರಿ. ಅದು ಹೇಗೋ ನನಿಗೆ ಸಿಗ್ತು..

ಸರಿ ಬೇಗ ನುಡಿಸು.

ಆಯುಷಿ - ಸರಿ ಕಣ್ಣು ಮುಚ್ಕೋ.

ಅಶ್ವಿನ್ - ಕಣ್ ಮುಚ್ಕೋ ಬೇಕಾ !ಯಾಕೆ?

ಆಯುಷಿ - ಟ್ಯೂನ್ ನುಡಿಸಬೇಕಾದ್ರೆ ಕಣ್ ಮುಚ್ಚಿಕೊಳ್ತಾರಲ್ಲಾ ಅದ್ಕೆ.

ಅಶ್ವಿನ್ - ಅಯ್ಯೋ ಕೋತಿ ಅದು ಟ್ಯೂನ್ ಮನಸ್ಸಿಗೆ ಇಷ್ಟ ಆದ್ರೆ.

ಆಯುಷಿ - ಹೌದ.. ಸರಿ,

(ಆಯುಷಿ ನುಡಿಸಿದ ಖುಷಿಯ ಟ್ಯೂನ್ ಒಂದು ಕ್ಷಣ ಪ್ರಪಂಚವನೇ ಮರಿಯೋಹಾಗೆ ಇತ್ತು)

ಆಯುಷಿ - ಅಶು, ಹೇ ಅಶು..

ಅಶ್ವಿನ್ - (ಗಾಬರಿಗೊಂಡು)ಹಾ,!

ಆಯುಷಿ - (ನಗುತ್ತಾ)ಮಲ್ಕೊಂಡು ಬಿಟ್ಟಿದ್ಯ.. ನೋಡು ಕಣ್ಣೇ ಮುಚ್ಚಲ್ಲ ಅಂದೇ ನೋಡಿದ್ರೆ ಮಲ್ಕೊಂಡಿದ್ದೀಯ.

ಅಶ್ವಿನ್ - ಯಾಕೋ ಸುಸ್ತು, ಕೈ ತುಂಬಾ ನೋಯ್ತಿದೆ.

ಆಯುಷಿ - ಅಯ್ಯೋ, ! ಡಾಕ್ಟರ್ ಹತ್ರ ಹೋಗೋಣ್ವಾ?

ಅಶ್ವಿನ್ - ಬೇಡ ಮಲ್ಕೊಂಡು ಎದ್ರೆ ಎಲ್ಲಾ ಸರಿ ಹೋಗುತ್ತೆ. ಬಾ ಚಂದು ಏನ್ ಮಾಡ್ತಿದ್ದಾನೆ ನೋಡೋಣ.

(ಚಂದನ್ ಆಕಾಶ ನೋಡುತ್ತಾ ಕೂತಿದ್ದನು)

ಆಯುಷಿ - ಅಣ್ಣ ನಿದ್ದೆ ಬರ್ತಿಲ್ವ? ಇಲ್ಲಿ ಯಾಕೆ ಕೂತಿದ್ದೀಯಾ?

ಚಂದನ್ - ಹಾಗೆ ಸುಮ್ನೆ, ನೀವಿಬ್ರು ಯಾಕೆ ಮಲಗಿಲ್ಲ ಇನ್ನು?

ಅಶ್ವಿನ್ ನಾಳೆ ಮೀಟಿಂಗ್ ಇದೆ ನೆನಪಿದೆ ತಾನೇ?

ಅಶ್ವಿನ್ - ಹಾ, ನಾನು ಮಲಗಿದ್ದೆ ಈ ಕೋತಿನೆ ಎಬ್ಸಿದ್ಲು.

ಆಯುಷಿ - ಹಾ !ನಾನಾ? ಅಣ್ಣ ನಂಬಬೇಡ ಬರಿ ಸುಳ್ಳು ಹೇಳ್ತಾನೆ. ಚೇರ್ ಮೇಲೆ ಹಾಗೆ ಮಲಗಿದ್ದ ಅದ್ಕೆ ಎಬಿಸಿದ್ದು.

ಚಂದನ್ - ಸರಿ ಕಿತ್ತಾಡಬೇಡಿ, ಬನ್ನಿ ಇಲ್ಲಿ...

ಆಯುಷಿ - ಅಣ್ಣ ಕಥೆ ಹೇಳು ಪ್ಲೀಸ್..

ಚಂದನ್ - ಹಾ, ಪುಟ್ಟ ಬಾ.

ಅಶ್ವಿನ್ - (ಮುಂದೆ ಬರುತ್ತಾ)ನನಿಗು ಹೇಳೋ..

(ಚಂದನ್ ಇಬ್ರಿಗೂ ತೊಟ್ಟುತ್ತ)

ಆಯುಷಿ - ಅಣ್ಣ ಎಷ್ಟೊಂದು ಕತ್ತಲು ಇದೆ ಭಯ ಆಗಲ್ವ?

ಚಂದನ್ - ಪುಟ್ಟ, ಕತ್ತಲು ಅಂದ್ರೆ ಹೆದ್ರಿಕೆ ಅಲ್ಲ.

ಅಶ್ವಿನ್ - ಮತೆ?

ಚಂದನ್ - ಕತ್ತಲು ಅಂದ್ರೆ ಅಮ್ಮನ ಮಡಿಲು ನೆನಪಾಗೋದು, ಅಪ್ಪನ ಕಷ್ಟ ಯೋಚಿಸೋದು. ಪ್ರಪಂಚದ ಪ್ರತಿ ಜೀವಕು ಮನ ಶಾಂತಿ ನೀಡೋಕೆ ಚಂದಿರ ಮೂಡೋದು.

(ಕಥೆ ಹೇಳುವನು).

ಇವ್ರಿಬ್ರುನ್ನೂ ನೋಡಿದ್ರೆ ಪುಟ್ಟ ಮಕ್ಕಳನ್ನ ನೋಡ್ದ ಹಾಗೆ ಅನ್ಸುತ್ತೆ. ದೇವರೇ ಇವರಿಬ್ಬರ ಮೇಲೆ ನಿನ್ನ ಆಶೀರ್ವಾದ ಎಂದಿಗು ಇರಲಿ. ಎಂದೆಂದಿಗೂ ಹೀಗೆ ಇರಲಿ.

(ಮುಂಜಾನೆ ಆಯುಷಿ ಬೇಗ ಎದ್ದು ಕೆಲಸ ಮುಗಿಸಿ ಪೂಜೆ ಮಾಡುತ್ತಾ ಕೂತಿದ್ದಳು)

ಆಯುಷಿ - (ಪ್ರಾರ್ಥಿಸುತ್ತಾ) ಹೇ ಭಗವಂತ,ನನ್ನ ಬೇಡಿಕೆ ಬದಲಾಗೋಲ್ಲ, ದಯವಿಟ್ಟು ಎಲ್ಲರು ಖುಷಿ ಇಂದ ಇರೋಹಾಗೆ ಮಾಡು. ನಮ್ಮ ಮನೇಲಿ ಕಳೆದು ಹೋಗಿರೋ ಸಂತೋಷ ಮರಳಿ ಬರೋಹಾಗೆ ಮಾಡು.ಅಂಕಲ್ ಬೇಗ ಹುಷಾರ್ ಆಗೋಹಾಗೆ ಮಾಡು.

ಆಯುಷಿ - ಅರೇ ಅಣ್ಣ, ಗುಡ್ ಮಾರ್ನಿಂಗ್.

ಚಂದನ್ - ಗುಡ್ ಮಾರ್ನಿಂಗ್ ಆಯುಷಿ .

ಆಯುಷಿ - ಅಣ್ಣ ಎಲ್ಲಾ ಕೆಲಸ ಮುಗ್ದಿದೆ, ತಿಂಡಿ ರೆಡಿ ಇದೆ. ಅಂಕಲ್ ಗೆ ತಿಂಡಿ ಕೊಟ್ಟು ಟ್ಯಾಬ್ಲೇಟ್ಸ್ ಕೊಟ್ಟಿದ್ದೀನಿ. ನನಿಗೆ ಟೈಮ್ ಅಯ್ತು ಆಫೀಸ್ ಗೆ ಇವತ್ತು ಕೊನೆ ದಿನ. ಪ್ರಾಜೆಕ್ಟ್ ok ಆದ್ರೆ ಸಾಕು. ಅಶುಗೆ ಹೇಳ್ಬಿಡು.

(ಮರು ದಿನ)

(ಅಶ್ವಿನ್, ಆಯುಷಿಗೆ ಫೋನ್ ಮಾಡಿ ಅರ್ಜೆಂಟ್ ಆಗಿ ನಮ್ ಆಫೀಸ್ಗೆ ಬಾ, ಬೇಗ ಬಾ ಎಂದನು,

ಆಯುಷಿ , ಅಶ್ವಿನ್ ಯಾಕೆ ಈ ರೀತಿ ಹೇಳ್ದ !ಕಂಡಿತ ಏನೋ ಆಗಿರ್ಬೇಕು ನಾನು ಇವಾಗ್ಲೆ ಹೋರಾಡಬೇಕು)

ಹೋಗಿ ನೋಡಿದರೆ ಆ ಜಾಗ ತುಂಬಾ ಡೆಕೋರೇಟ್ ಆಗಿತ್ತು, ಅಲ್ಲ ಇವತ್ತು ಅವ್ನ ಬರ್ತ್ಡೇ ಅಲ್ಲ ನಂದು ಸಹ ಅಲ್ಲ,.ಹೊ, ಅವತ್ತು ಯಾರ್ನೋ ತೋರ್ಸಿ ನನ್ ಪ್ರೀತಿ ಅಂದ್ನಲ್ಲ ಅವರದ್ದು ಇರ್ಬೇಕು ! ಆದ್ರೆ ಅದಕ್ಕೆ ನಾನು ಇರ್ಬೇಕಾ? ಕೋಪದಿಂದ ತಿರುಗಿದಳು.

ಅಶ್ವಿನ್ - ಹೇ, ಹೇ ನಿಲ್ಲು !ಎಲ್ಲಿಗೆ ಹೋಗ್ತಿದ್ದಿಯ?

ಆಯುಷಿ - (ಕೋಪದಿಂದ)ಏನುಕ್ಕೆ ಕರ್ಸಿದ್ದು?

ಅಶ್ವಿನ್ - (ಸಂತೋಷದಿಂದ) ನಿನ್ ಪ್ರಾಜೆಕ್ಟ್ ಅಪ್ರೋವ್ ಆಗಿದೆ, ನಿನ್ನ ಕನಸಿನ ಮೊದಲನೆ ಹೆಜ್ಜೆ ನನಸಾಯಿತು. (ಜೋರಾಗಿ ಚೀರುತ್ತಾ)ಹೂ.

ಆಯುಷಿ - (ಆಶ್ಚರ್ಯದಿಂದ)ನಿಜ್ವಾಗ್ಲೂ.... !ನಂಬೋಕೆ ಆಗ್ತಿಲ್ಲ ಅಶು! ಇದೆಲ್ಲ ಕೇವಲ ನಿನ್ ಇಂದ. Thank you, thank you so much.

ಅಶ್ವಿನ್ - ಎಲ್ಲಾ ಖುಷಿ ಆಂಟಿ ಆಶೀರ್ವಾದ. ಸರಿ ಬಾ ಕೇಕ್ ಕಟ್ ಮಾಡೋಣ.

ಆಯುಷಿ - ಅದು..

ಅಶ್ವಿನ್ - ನನಿಗೆ ಗೊತ್ತು ನೀನು ಏನ್ ಯೋಚ್ನೆ ಮಾಡ್ತಿದ್ದೀಯಾ ಅಂತ.

(ಜೋರಾಗಿ)ಲೈಟ್ಸ್ ಆಫ್ !

(ಲೈಟ್ಸ್ ಆಫ್ ಅಯ್ತು ದೊಡ್ಡದೊಂದು ಪರದೆ ಬಿತ್ತು)

ಆಯುಷಿ ಇವಾಗ ನೋಡು, ಸರಿಯಾಗಿ ಆ ಚಿತ್ರ ನೋಡು.

ಆಯುಷಿ - (ನೋಡುತ್ತಾ), ಅರೇ. ಅಶು ಇದು ನಾನೆ ಚಿಕ್ಕೊಳು ಇದ್ದಾಗಿಂದು... (ಮನದಲಿ ಸಂತೋಷ ಪಡುತ್ತಾ)

ಅಶ್ವಿನ್ - ಇವಾಗ ಅದ್ರು ಬರ್ತೀಯ.

ಆಯುಷಿ - ಹಾ..

(ಮೇಲಿಂದ ಹೂವಿನ ಸುರಿಮಳೆಯಾಯಿತು)

(ಹೀಗೆ ಪ್ರತಿ ದಿನವೂ ರಾಧಾ ಸಿದ್ದಾರ್ಥ್ ನಾ ಪ್ರೀತಿ ಇಂದ ನೋಡಿಕೊಳ್ಳುತ್ತಾ, ಮೆಲ್ಲನೆ ಸಿದ್ದಾರ್ಥ್ ಗುಣ ಆಗುವ ಲಕ್ಷಣಗಳು ಕಾಣಿಸುತ್ತಿತ್ತು,ಮೆಲ್ಲನೆ ಹಳೆಯ ಘಟನೆಗಳು ನೆನಪಾಗುತ್ತಿತ್ತು ಆಯುಷಿ ಳ ಈ ಸಂತೋಷ ನೋಡಿ ಚಂದನ್, ಅಶ್ವಿನ್ ಕಣ್ಣು ತುಂಬಿಕೊಂಡರು, ಡಾಕ್ಟರ್ ಸಹ ಆದಷ್ಟು ಬೇಗ ಗುಣ ಆಗುತ್ತಾರೆ ಎಂದು ಭರವಸೆ ನೀಡಿದರು)

(ಒಂದು ದಿನ ರಾಧಾ ಊಟನು ಮಾಡ್ದೆ ಬೇಜಾರ್ ಆಗಿ ಕೂತಿದ್ದಳು)

ಚಂದನ್ - ಚೂರಾದ್ರೂ ಊಟ ಮಾಡು ಪುಟ್ಟ.

ಆಯುಷಿ - ನನಿಗೆ ಬೇಡ, ಎಲ್ಲಾ ಆ ಗೂಬೆಗೆ ಕೊಡು.

ಚಂದನ್ - ನೋಡು ನಾನು ಮೇಲು ಕೋಪ.

(ಅಶ್ವಿನ್ ಬಂದನು)

ಅಶ್ವಿನ್ - ಏನ್ ಅಯ್ತು? ಇಬ್ರು ಯಾಕೆ ಹೀಗೆ ಸೀರಿಯಸ್ ಆಗಿ ಕುತಿದ್ದಿರಾ?

ಚಂದನ್ - (ಊಟ ಕೈಗೆ ಇಡುತ್ತಾ), (ಜೋರಾಗಿ ರೇಗುತ್ತಾ)ತಗೋ ಬೆಳಗ್ಗೆ ಇಂದ ಏನು ತಿಂದಿಲ್ಲ. ಬೆಳಗ್ಗೆ ಯಾಕೆ ಬೈದು ಹೋಗಿದ್ದೆ? ಅದು ಹೇಗೆ ತಿನ್ನಿಸ್ತಿಯೋ,ನನ್ ತಂಗಿ ಉಪವಾಸ ಇರ್ಬಾರ್ದು !

ಅಶ್ವಿನ್ - ಯಾಕೆ ಅಷ್ಟೊಂದು ರೇಗ್ತಿಯ, ರಾಧಾ... ಏನ್ ಆಯ್ತೋ,? ಸಾರ್ಕೊ ಒಂಚೂರು.

ಆಯುಷಿ (ಸರಿದುಕೊಳ್ಳುವಳು)

ಅಶ್ವಿನ್ - ಇನ್ನು ಸಾರ್ಕೊ.

ಆಯುಷಿ - ಅಯ್ಯೋ ಸಾರ್ಕೊ ಸಾರ್ಕೊ ಅಂದ್ರೆ ಇಲ್ಲೇನು ಎಕರೆಗಟ್ಟಲೆ ಜಾಗ ಇದೇನಾ, ಇನ್ನು ಚೂರು ಸರಿಕೊಂಡ್ರೆ ಬಿದ್ದೆ ಹೋಗ್ತೀನಿ.

ಅಶ್ವಿನ್ - ಇನ್ನು ಎರೆಡು ಅಡಿ ಜಾಗ ಇದೆ ಅಲಾ. ಸರಿ ಬಿಡು ಕೆಳಗೆ ಕೂರ್ತಿನಿ. ಊಟ ಮಾಡಿಸ್ತಿನಿ ಆ ಮಾಡು.

ಆಯುಷಿ - ನನಿಗೆ ಬೇಡ.

ಅಶ್ವಿನ್ - ಇವಾಗ ಗೊತ್ತಾಯಿತು ಯಾಕೆ ನನ್ ಮೇಲೆ ಕೋಪ ಅಂತ. ಅಲ್ಲ ಚಂದು, ಆಫೀಸ್ ಅಲ್ಲಿ ನೋಡಿದ್ರೆ ಎಷ್ಟೊಂದು ಕೆಲಸ ಇದೆ. ಆದ್ರೆ, ಅದನ್ನೆಲ್ಲಾ ಬಿಟ್ಟು ನಾವೆಲ್ಲ ಸಮುದ್ರಕ್ಕೆ ಹೋಗೋಣ ಅಂತಾಳೆ. ಹೇಗೆ ಸಾಧ್ಯ? ಅದು ಅಪ್ಪನು ಕರ್ಕೊಂಡು ಹೋಗ್ಬೇಕಂತೆ !

ಆಯುಷಿ - (ಮೆಲ್ಲಗೆ) ಅಂಕಲ್ ನಾ ಅಲ್ಲಿಗೆ ಕರ್ಕೊಂಡು ಹೋದ್ರೆ ಸಂಪೂರ್ಣವಾಗಿ ಗುಣ ಆಗ್ತಾರೆ ! ಡಾಕ್ಟರ್ ಹತ್ರ ಕೂಡ ಮಾತಾಡಿದ್ದೀನಿ.

ಚಂದನ್ - ಹಾಗಾದ್ರೆ ಇನ್ನೇನು ಹೊರಡಿ, ಅಶ್ವಿನ್ ಆಫೀಸ್ ಬಗ್ಗೆ ಯೋಚ್ನೆ ಬೇಡ ನಾನು ನೋಡ್ಕೋತೀನಿ.

(ರಾಧಾ ಅಶ್ವಿನ್ ಮುಖ ನೋಡುವಳು)

ಅಶ್ವಿನ್ - ಸರಿ ಹೋಗೋಣ, ಇವಗ್ಲಾದ್ರೂ ಊಟ ಮಾಡ್ತೀಯ?

ಆಯುಷಿ - (ಖುಷಿಯಿಂದ)ಹಾ, ಹಾ.

ನಮ್ ಜೊತೆ ಸಿರಿ, ರಿಶಿ ನು ಬರ್ತಾರೆ.

ಅಶ್ವಿನ್ - ನಂಗೆ ಹೇಳ್ದೆ ಎಲ್ಲಾ ಮುಂಚೆನೇ ಪ್ಲಾನ್ ಮಾಡ್ಕೊಂಡಿರ್ತಿಯ, ಮತ್ತೆ ನಾನು ಹೂ ಅನ್ನೋ ವರೆಗೂ ಕಾಯೋದು..

(ಕಠಿಣವಾದ ಪ್ರಯತ್ನದ ನಂತರ, ಸಿದ್ಧಾರ್ಥ್ ಪೂರ್ತಿಯಾಗಿ ಗುಣಮುಖ ಆಗುವನು)

ಆಯುಷಿ - (ಕಣ್ಣಲ್ಲಿ ನೀರು ತುಂಬಿಕೊಂಡು)ಅಂಕಲ್..

ಸಿದ್ಧಾರ್ಥ್ - ಮಗಳೇ, ಆಯುಷಿ. .

ಡಾಕ್ಟರ್ - ಇವ್ರಿನ್ನು ಪೂರ್ಣವಾಗಿ ಗುಣವಾಗಿದ್ದರೆ, ಇನ್ನು ನಿಮ್ಮ ಮನೆ ಮೊದಲಿನ ತರ ಖುಷಿಯಿಂದ ತುಂಬಿರುತ್ತೆ. Allthe best

ಅಶ್ವಿನ್ - Thank you doctor..

(ಎಲ್ಲರ ಮನದಲು ಸಂತೋಷ ತುಂಬಿತು).

ರಾಧಾ-ಅಶ್ವಿನ್

ದಿನಗಳೆಲ್ಲ ಖುಷಿಯತ್ತ ಸಾಗುತಿದೆ,

ಜೀವಕೆ ಇಷ್ಟು ಸಾಕು

ನಿನ್ನೆ ಪ್ರೀತಿಸುವೆ.

ನನ್ನ ನೆರಳಾದೆ ನೀ

ಎಂದಿಗು - ಎಂದೆಂದಿಗೂ.

ಹೇ ಭಗವಂತ,

ನಿನ್ನಲ್ಲಿ ವಿನಂತಿ

ಈ ಖುಷಿಯೂ ಪ್ರಪಂಚದಲ್ಲೇ ಹರಡಲಿ

ಆ ಖುಷಿಯನು ಎಲ್ಲರು

ಪ್ರೀತಿಸಲಿ...

ಆಯುಷಿ - ಜೀವದಲ್ಲಿ ಎಷ್ಟೇ ಕಷ್ಟ ಇರ್ಲಿ ಅಶು,

ನೀ ನನ್ ಜೊತೆ ಇದ್ರೆ

Everything seems to be alright.

ಅಶ್ವಿನ್ - ಭಗವಂತ ಪರಿಚಯ ಮಾಡ್ಸಿ ಇಲ್ಲಿಗೆ ತಂದು ನಿಲ್ಲಿಸಿದ್ದಾನೆ.

Let the time stay.

(ಸ್ವಲ್ಪ ದಿನಗಳ ನಂತರ ಎಲ್ಲರು ಆಯುಷಿ ಊರಿಗೆ ಹೋರಾಡುತ್ತಾ ಇರುತ್ತಾರೆ)

ಆಯುಷಿ - ಅಂಕಲ್ ರೆಡಿ ನಾ? ಅಣ್ಣ ಬೇಗ ಬಾ ಟೈಮ್ ಆಗುತ್ತೆ.

ಸಿದ್ಧಾರ್ಥ್ - ಹಾ ಪುಟ್ಟಿ ಬಂದೆ, ತುಂಬಾ ವರ್ಷಗಳ ನಂತರ ನನ್ ಗೆಳೆಯನ್ನ ನೋಡೋಕೆ ಹೋಗ್ತ್ತಿದ್ದೀನಿ, ಚೆನ್ನಾಗಿ ಕಾಣಿಸಬೇಕಲ್ಲ.

ಚಂದನ್ - ಹಾ, ಪುಟ್ಟ ನಾನು ರೆಡಿ.

ಸಿದ್ಧಾರ್ಥ್ - ಬನ್ನಿ ಹೊರೋಡೋಣ..

ಅಶ್ವಿನ್ - ರಾಧಾ, ನಾನ್ ಬರೋದು ಬೇಡ್ವಾ? ನನ್ನ ಬಿಟ್ಟು ಹಬ್ಬ ಮಾಡ್ತಿರಾ.? ಹಾ?

ಆಯುಷಿ - ನಿಂಗೆ ಆಫೀಸ್ ಅಲ್ಲಿ ಯಾವಾಗ್ಲೂ ಕೆಲಸ ಇರುತ್ತಲ್ಲ ! ಅದಕ್ಕೆ ನಾವೇ ಹೊರಡ್ತಿದ್ದೀವಿ.

ಅಶ್ವಿನ್ - ಅಶ್ವಿನ್ ಇಲ್ಲದೆ ದೀಪಾವಳಿ ಹೇಗೆ ಆಗುತ್ತೆ?

(ಎಲ್ಲರು ಮುಗುಳ್ನಕ್ಕು, ಹೊರಟರು)

(ತುಂಬಾ ವರ್ಷಗಳ ನಂತರ ಖುಷ್- ಸಿದ್ಧಾರ್ಥ್ ಭೇಟಿ, ಮನೆ ಯಲ್ಲಿ ಕೇವಲ ಸಂತೋಷವೇ ತುಂಬಿತ್ತು)

(ಎಲ್ಲರು ಊಟ ಮಾಡುತ್ತಾ ಕೂತರು),

ಆಯುಷಿ - ಇವತ್ತು ನಮಿಗೆಲ್ಲ ಸಿದ್ಧಾರ್ಥ್ ಅಂಕಲ್ ಕೈ ತುತ್ತು ನೀಡ್ತಾರೆ.

ಹೇ.. (ಚಪ್ಪಾಳೆ ತಟ್ಟುವಳು)

ಖುಷ್ - ಹೌದು, ನಿನ್ನ ಹತ್ರ ಊಟ ಮಾಡಿಸಿಕೊಂಡು ತುಂಬಾ ದಿನವಾಯಿತು.

ಸಿದ್ಧಾರ್ಥ್ - ನಾನಾ !ಅಯ್ಯೋ, ನಾನ್ಯಾಕೆ?

ಸಿರಿ- ರಿಶಿ - ಅಂಕಲ್ ಪ್ಲೀಸ್ ಅಂಕಲ್.

ಚಂದು, ಅಶ್ವಿನ್ - ಹಾ, ಇಲ್ಲ ಅನ್ಬೇಡಿ.

ಸಿದ್ಧಾರ್ಥ್ - ಹಾ, ಸರಿ ಸರಿ.

(ನಗು ನಗುತ್ತಾ ಎಲ್ಲರಿಗೂ ತುತ್ತು ನೀಡುತ್ತಾ, ಹಲವಾರು ಸಮಯ ಕಳೆದಮೇಲೆ ಖುಷಿಯೂ ಮನೆಯಲಿ ಹೆಜ್ಜೆ ಇಟ್ಟಿಹಳು).

ಸಿದ್ಧಾರ್ಥ್ - ಏನೆ ಹೇಳಿ, ನಮ್ಮ ಆಯುಷಿ ತರ ರುಚಿ -ರುಚಿಯಾದ ಅಡಿಗೆ ತಿನ್ನೋಕು ಪುಣ್ಯ ಮಾಡಿರ್ಬೇಕು.

ಖುಷ್ - ಹಾ, ಅವಳು ಹೋಗೋ ಮನೆಯವರ ಅದೃಷ್ಟ.

ಸಿದ್ಧಾರ್ಥ್ - ಆ ಅಧೃಷ್ಠವಂತರು ನಾವೇ ಯಾಕೆ ಆಗಿರಬಾರ್ದು?

ಖುಷ್ - (ಸಂತೋಷದಿಂದ), ಇದಕ್ಕಿಂತ ಸಂತೋಷ ಬೇರೆ ಬೇಕಾ.

ಸಿರಿ, ರಿಶಿ - ಇನ್ನು ಈ ಮನೇಲಿ ಕೇವಲ ಸಂತೋಷವೇ ಇರುತ್ತೆ.

ಖುಷ್ - ಖುಷಿ ಮತ್ತೆ ನನ್ ತಂಗಿ ಇದ್ದಿದ್ರೆ, ತುಂಬಾ ಸಂತೋಷ ಪಡ್ತಿದ್ರು.

ಸಿದ್ಧಾರ್ಥ್ - (ಕಣ್ಣಲ್ಲಿ ನೀರು ತುಂಬಿಕೊಂಡು) ಹೌದು, ಆದ್ರೂ ಅವ್ರು ನಮ್ಮೊಂದಿಗೆ ಇದ್ದಾರೆ. ಅವ್ರು ಸಂತೋಷ ಪಡ್ತಿರ್ತಾರೆ.

ಅಶ್ವಿನ್ - (ಮೆಲ್ಲನೆ)ಛೆ, ಜೀವನ ಪೂರ್ತಿ ಈ ಕೋತಿ ಜೊತೆ ಇರ್ಬೇಕಲ್ಲ ಅಂತ ಬೇಜಾರ್ ಆಗ್ತಿದೆ.

ಆಯುಷಿ - ಗೂಬೆ ಜೊತೆ ಇರ್ಬೇಕಾ !... (ಒಬ್ಬರಿಗೊಬ್ಬರು ಮುಖ ನೋಡಿ ಖುಷಿ ಪಟ್ಟರು)

ಆಯುಷಿ - ಹೇ ದೀಪ, ನೀನು ಎಷ್ಟು ಒಂಟಿ ಅಲಾ?

ದೇವರ ಮುಂದೆಯು ಸಹ ಒಂಟಿಯಾಗಿಯೇ ನಿಲ್ಲುತ್ತೀಯ.

ಅಶ್ವಿನ್ - ದೀಪ ಯಾವತ್ತು ಒಂಟಿ ಅಲ್ಲ, ಒಂದು ದೀಪ ಬೆಳಗಬೇಕು ಅಂದ್ರೆ ಬತ್ತಿ ಮತ್ತು ಎಣ್ಣೆ ಜೊತೆ ಇರುತ್ತೆ.

ಅದು ಒಂದು ಜೀವವಾದರೆ ಬತ್ತಿ, ಎಣ್ಣೆನ ತನ್ನ ಹೃದಯದಲ್ಲಿ ಇಟ್ಟಿದೆ.

ಗಾಳಿ ಬಂದರೆ ನಮ್ಮ ಕೈಗಳು ಆಸರೆ ನೀಡುತ್ತವೆ.

ಹಾಗೆ, ಪ್ರತಿಯೊಬ್ಬರ ಜೀವನದಲ್ಲಿ ಬೆಳಕು ಇರಬೇಕು,

ಆಯುಷಿ ಇದ್ದ ಕಡೆ ಅಶ್ವಿನ್ ಸದಾ ಕಾಲ ಇರಬೇಕು.

ಹೇಳು, ರಾಧಾ ನಿನ್ನ ಆಯುಷಿಗೆ ನಾ ಅಶ್ವಿನ್ ಆಗಲ?

ಆಯುಷಿ - (ಕಣ್ಣಲ್ಲಿ ನೀರು ತುಂಬಿಕೊಂಡು)ಹುಂ...

(ಖುಷ್, ಸಿದ್ಧಾರ್ಥ್, ಸಿರಿ, ರಿಶಿ, ಚಂದು ಎಲ್ಲರು ಇವರನ್ನು ಕಂಡು ಮನದಲಿ ಸಂತೋಷ ತುಂಬಿಕೊಂಡರು)

(ಮರು ದಿನ ಎಲ್ಲರು ಹರಟೆ ಹೊಡಿಯುತ್ತ ಕೂತಿದ್ದರು)

ಖುಷ್ - ಎಲ್ಲರು ಇಲ್ಲೇ ಇದ್ದಿವಿ, ಆದ್ರೆ ಆಯುಷಿ ಮತ್ತೆ ಅಶ್ವಿನ್ ಇಲ್ವಲ್ಲ!

ಸಿದ್ಧಾರ್ಥ್ - ಹೌದು, ಎಲ್ಲಿ ಅವ್ರು?

ಸಿರಿ - ಆಯುಷಿ ದೇವಸ್ಥಾನಕ್ಕೆ ಹೋದ್ಲು ಅಶ್ವಿನ್ ಕೂಡ ಅವ್ಳ ಹುಡುಕೋತ ಹೋದ

ಖುಷ್ - ಹುಚ್ ಹುಡುಗ್ರು, ಒಬ್ಬರಿಗೋಸ್ಕರನೇ ಮತ್ತೊಬ್ರು.

ಚಂದನ್ - ದೇವರ ಆಶೀರ್ವಾದದಿಂದ ಒಂದಾಗಿರೋರು.

ದೇವಸ್ಥಾನದಲ್ಲಿ

ಅಶ್ವಿನ್ - ರಾಧಾ, ಏನ್ ಯೋಚ್ನೆ ಮಾಡ್ತಿದ್ದೀಯಾ? ಅಲ್ಲಿ ಎಲ್ರುನ್ನು ಬಿಟ್ಟು ಇಲ್ಲಿ ಒಬ್ಳೆ .

ಆಯುಷಿ - ಅಶು, ಮುಂದೆ ಏನು?

ಅಶ್ವಿನ್ - ಮುಂದೆ ಏನು ಅಂದ್ರೆ ! ಇನ್ನು ಮೂರು ವರ್ಷದಲ್ಲಿ ನಿನ್ ಓದು ಮುಗಿಯುತ್ತೆ ಅಷ್ಟ್ರಲ್ಲಿ ನಿನ್ ಆಸೆ ಅಂತೆ ಕಂಪನಿ ಕೈಗೆ ಬಂದಿರುತ್ತೆ. ಆಮೇಲೆ ಎಲ್ರು ಸಂತೋಷದಿಂದ ಒಟ್ಟಿಗೆ ಇರ್ಬೇಕು.

ಆಯುಷಿ - ಹಾ,,

ಅಶ್ವಿನ್ - ಬೇರೆಯೇನು ಯೋಚಿಸದೆ ನನ್ನ ಪ್ರೀತಿಸು...

ನಿನ್ನ ಎಲ್ಲಾ.. ಆಸೆಗಳ ಸಾಲಿನಲ್ಲಿ ಎಂದು ನನ್ನ ಮುಂದೆ ಇರಿಸು.

ಆಯುಷಿ - (ನಗುತ್ತಾ)ಹ, ಹಾ, , ಹೌದ..

(ಮೂರು ವರ್ಷ ಹೀಗೆ ಕಳೆಯಿತು)ನಂತರ ಒಂದು ದಿನ

ಆಯುಷಿ ಯಾವುದೊ ಕಾರಣ ದಿಂದ ಮೂರ್ಛೆ ಬಿದ್ದಳು,

ಕ್ಷಣದಲ್ಲಿ ಎಲ್ಲರು ಭಯ ಪಟ್ಟರು.

ಡಾಕ್ಟರ್ - ಯಾವುದೊ ಒಂದು ವಿಷಯಕ್ಕೆ ತುಂಬಾ ತಲೆ ಕೆಡ್ಸ್ಕೊಂಡಿದ್ದಾಳೆ, ಅದಕ್ಕೆ shock ಆಗಿ ಹೀಗೆ ಆಗಿದೆ. ಹುಷಾರ್ ಆಗಿ ನೋಡ್ಕೊಳ್ಳಿ. U can take her home

ಅಶ್ವಿನ್ – thank you sir.

ಅಶ್ವಿನ್ - (ರಾಧಾಳ ಕಣ್ಣಲ್ಲಿ ನೀರು ಕಂಡು)ಯಾಕೋ? ಏನ್ ಆಯ್ತು?

ಒಂದು ವಾರದಿಂದ ಯಾರ್ ಜೊತೆನೂ ಮಾತಾಡಿಲ್ಲ, ಸರಿಯಾಗಿ ಊಟನು ಮಾಡಿಲ್ಲ.

(ದುಃಖಿಸುತ್ತಾ) ನೀನ್ ಹೀಗೆ ಇರ್ಬಾರ್ದು.

ಆಯುಷಿ (ಮೌನವಾಗಿಯೇ ಇರ್ತಾಳೆ).

ಅಶ್ವಿನ್ - (ದುಃಖಿಸುತ್ತಾ)ಚಂದು ಏನ್ ಆಗ್ತಿದೇನೋ? ಕಾಲನೇ ನಿಂತು ಹೋದಹಾಗೆ ಅನ್ನಿಸ್ತಿದೆ. ಏನು ಮಾತಾಡ್ತಿಲ್ಲ, ದೂರ ಆಗ್ತಾಳೆ ಅಂತ ಭಯ ಆಗ್ತಿದೆ ಕಣೋ.

ಚಂದನ್ - ಅಳ್ಬೇಡ ಅಶ್ವಿನ್, ಎಲ್ಲಾ ಸರಿಹೋಗುತ್ತೆ.

ಮನಸ್ಸು ನೊಂದಿದೆ

ಕಣ್ಣಲಿ ಕಂಬನಿ ತುಂಬಿದೆ

ಎಲ್ಲಿ ನೋಡಿದರು ನಿನದೆ ನೆನಪು

ನೊಂದು ಬೇಯುತಿದೆ ಈ ಮನ

LET THE DAYS GO BACK

(ಸ್ವಲ್ಪ ದಿನಗಳು ಹೀಗೆ ಕಳೆಯಿತು)

ಅಶ್ವಿನ್ - (ದುಃಖದಲ್ಲಿ) ರಾಧಾ, ಮನಸ್ಸು ತುಂಬಾ ಕುಗ್ಗಿದೆ, ಏನಾದ್ರು ಮಾತಾಡು ರಾಧಾ.. ಪ್ಲೀಸ್

ಆಯುಷಿ -(ಜೋರಾಗಿ) I don't want anyone, let me live alone, live me alone.

ಅಶ್ವಿನ್ - ಹೋಗ್ಲಾ.?

ಆಯುಷಿ - ಹಾಳಾಗಿ ಹೋಗು.

ಅಶ್ವಿನ್ - (ಕೋಪದಲ್ಲಿ)ಸರಿ, ನಿನ್ ಇಷ್ಟ.

ಆದ್ರೆ ಮತ್ತೆ ಇನ್ಯಾವತ್ತು ವಾಪಸ್ ಬರಲ್ಲ...

(ಹೊರಟನು)

(ಅಶ್ವಿನ್ ಸಮುದ್ರದ ತೀರದಲ್ಲಿ ನಿಂತು)

ಅಶ್ವಿನ್ - ಮತ್ತೆ ಯಾವತ್ತು ಬರ್ತಿನೋ ಗೊತ್ತಿಲ್ಲ, ಆದ್ರೆ ನನ್ ರಾಧಾನ ಚೆನ್ನಾಗಿ ನೋಡ್ಕೋ. (ಜೋರಾಗಿ ಮಳೆ ಬರಲು ಪ್ರಾರಂಭಿಸಿತು)

ನೀನು ಸಹ ಸಂತೋಷ ಕೊಡ್ತಿಲ್ಲ.. ಕೊಡ್ತಿಲ್ಲ

ಹೆಜ್ಜೆಯ ಗುರುತು ಅಳಿಸಿಹೋಯಿತೆ?

ಎಂದೆಂದಿಗೂ ಜೊತೆಯಲಿ ಇರುವರು ಮಾಯವಾದರೇ?

(ಎರೆಡು ವರ್ಷಗಳ ನಂತರ)

(ಜೋರಾದ ಗಾಳಿ, ಮಳೆಯ ಮುನ್ಸೂಚನೆ)

(ದುಃಖದ ಭಾವನೆಗಳು)

ಖುಷ್ - ಮಗಳೇ ನಾವು ಹೋಗಲೇ ಬೇಕಾ ಪುಟ್ಟ? ಇದನೆಲ್ಲ ಬಿಟ್ಟು ಹೋಗೋಕೆ ಸಂಕಟ ಆಗ್ತಿದೆ ಆಯುಷಿ. ದಯವಿಟ್ಟು ಹಠ ಬಿಟ್ಬಿಡು.

ಆಯುಷಿ - ಇಲ್ಲ ಅಪ್ಪ ನಾವು ಹೋಗಲೇ ಬೇಕು, ಎರೆಡು ವರ್ಷಗಳಿಂದ ಪ್ರತಿ ಕ್ಷಣ ಅಶು ಉಸಿರಲ್ಲೇ ಜೀವಿಸ್ತಿದ್ದೀನಿ. ಈ ಪ್ರಮೋಷನ್ ಬೇಡ ಅಂದ್ರೆ ನನ್ ಕೆಲಸನು ಹೋಗುತ್ತೆ, ಆಶ್ರಮದ ಮಕ್ಕಳಿಗೆ ನಾವೇ ತೊಂದರೆ ಆಗ್ಬಿಡ್ತಿವಿ.

ಖುಷ್ - ಆದ್ರೂ ಪುಟ್ಟ..

ಆಯುಷಿ - ಇನ್ನ ಅವನು ಬರ್ತಾನೆ ಅನ್ನೋ ನಂಬಿಕೆ ಇಲ್ಲ ಅಪ್ಪ.

(ಮಳೆ ಪ್ರಾರಂಭವಾಯಿತು)

ಯಾಕೋ ಮನಸ್ಸಿಗೆ ಈ ಮಳೆಯೂ ಖುಷಿ ಕೊಡ್ತಿಲ್ಲ..

ಕಾಯುತಿದೆ ಈ ಮನ

ನೀ ಬರುವೆ ಎಂದು

ಹಳೆಯ ದಾರಿಯತ್ತ ಸಾಗುತಿದೆ

ನಿನ್ನ ನೆನಪುಗಳೇ ಇರಲಿ ಎಂದು

(ಆಯುಷಿ ಸಿರಿಯಾ ಬಳಿ ನಡೆದಳು)

ಸಿರಿ - ಏನ್ ಮೇಡಂ, ಏನ್ ಸಮಾಚಾರ?

ಆಯುಷಿ - ಪ್ರಮೋಷನ್ ಆಯ್ತು ಊರ್ ಬಿಟ್ಟು ಹೋಗ್ತಿದ್ದಿವಿ, ಹೇಳೋಣ ಅಂತ ಬಂದೆ.

ಸಿರಿ - ಅಶ್ವಿನ್ !

ಆಯುಷಿ - ಪ್ರತಿ ದಿನ ಕಾಂಟಾಕ್ಟ್ ಮಾಡೋಕೆ ಟ್ರೈ ಮಾಡಿದ್ದೀನಿ ಆದ್ರೆ, ಅವ್ನು ಎಲ್ಲಿದ್ದಾನೆ ಹೇಗಿದ್ದಾನೆ ಏನು ಗೊತ್ತಿಲ್ಲ. ಅವ್ರ ಮನೆಲು ಇಲ್ಲ.

ಸಿರಿ - ಸರಿ, ಹುಷಾರು...

(ಕೃಷ್ಣಜನ್ಮಾಷ್ಟಮಿ, ಆಯುಷಿಯಾ ಸ್ನೇಹಿತರು ಅವಳು ಬರಲು ವಿನಂತಿಸುತ್ತಿದ್ದರು)

ಆಯುಷಿಯಾ ಸ್ನೇಹಿತರು - ದಯವಿಟ್ಟು ಬಾ, ಇಲ್ಲ ಅನ್ಬೇಡ.

ಆಯುಷಿ - ನನಿಗೆ ಇಷ್ಟ ಇಲ್ಲ.

ಸ್ನೇಹಿತರು - (ದುಃಖದಲ್ಲಿ)ನೀನು ನಮ್ನೆಲ್ಲಾ ಬಿಟ್ಟು ಹೋಗ್ತಿದ್ದೀರಾ ಅಂತ ಗೊತ್ತು, ಮತ್ತೆ ಬರಲ್ಲ ಅಂತಾನೂ ಗೊತ್ತು. ನಮ್ ಜೊತೆ ಕೊನೆಯ ಪೂಜೆ ಮಾಡು ಬಾ. ರಾಧಾನೇ ಇಲ್ಲದೆ ಕೃಷ್ಣನ ಪೂಜೆ ಹೇಗೆ ಆಗುತ್ತೆ.? ದಯವಿಟ್ಟು ಬಾ ಆಯುಷಿ.

ಆಯುಷಿ - ಸರಿ ಬರ್ತೀನಿ, ನಡೀರಿ.

ಹಿರಿಯರು - ಮಳೆ ಬರೋಹಾಗಿದೆ ಬೇಗ ಪೂಜೆ ಮುಗಿಸಿ.. ನೃತ್ಯ ಬೇರೆ ಇದೆ ಅಂತೀರಾ

ಆತ್ಮವು ನೀನೇ, ಜೀವವು ನೀನೆ..

ನನ್ನೆದೆ ಹಾಡೇ ನೀನೇ, ಹಾಡಿನ ಪ್ರಾಣವು ನೀನೇ..

ಪ್ರೀತಿಯ ರಾಧೇ ಪ್ರತಿ ಕ್ಷಣ ಕಾದೆ......

ಬೆಳಗುವೆ ದೀಪ, ತೋರಿಸೋ ರೂಪ

ಎಂದಿಗೆ ಬರುವೆಯೋ ನೀನು, ಎನ್ನುತ್ತ ಕಾಯುವೆ ನಾನು...

(ಹೇ, ಮಳೆ ಶರುವಾಯಿತು ಎಲ್ಲಾ ಮನೆಗೆ ಸೇರೋಣ, ಜೋರಾಗಿ ಬರೋಹಾಗಿದೆ)

ಆಯುಷಿ - ಮಳೆ ಬರ್ತಿದೆ, !ನನ್ ಅಶು ಬಂದ ಅನ್ಸುತ್ತೆ..

(ಓಡಿದಳು)

ಸ್ನೇಹಿತರು - (ಜೋರಾಗಿ)ಆಯುಷಿ ನಿಂತ್ಕೋ ಎಲ್ಲಿಗೆ ಓಡ್ತಿದ್ದೀಯ?

(ರಾತ್ರಿಯ ವೇಳೆ)

ಖುಷ್ - (ಕೈಯಲ್ಲಿದೆ ತುತ್ತು ಇಡಿದುಕೊಂಡು)ಸ್ವಲ್ಪ ಆದರು ಊಟ ಮಾಡು ಪುಟ್ಟ .

ಆಯುಷಿ - ಎರೆಡು ವರ್ಷಗಳ ಹಿಂದೆ ಇವತ್ತಿನ ದಿನ ಅಶು ನನಿಗೆ ಶ್ರೀ ಕೃಷ್ಣನ ಪ್ರಸಾದ ತಿನ್ನಿಸಿದ್ದ ಅಪ್ಪ. (ಅಳುತ್ತಾ)ಆದ್ರೆ ಇವತ್ತು.

ಖುಷ್ - ಅಳ್ಬೇಡ ಪುಟ್ಟ,..

(ಅಶ್ವಿನ್ ಮಲಗಿದ್ದೋನು ಜೋರಾಗಿ ಚೀರಿದ, ಚಂದನ್ ಓಡಿಬಂದನು)

ಚಂದನ್ - (ಗಾಬರಿ ಇಂದ)ಏನ್ ಆಯ್ತು ಅಶ್ವಿನ್?

ಅಶ್ವಿನ್ - (ದುಃಖದಲ್ಲಿ)ಮನಸಲ್ಲಿ ರಾಧಾ ತುಂಬಾ ಅಳ್ತಿದ್ಲು ಚಂದು..

ಚಂದನ್ - ಕಾರಣ ಇಲ್ದೆ ದೂರ ಆದ್ರಿ, ಆದ್ರೆ ಇವಾಗ ಕಾರಣ ಗೊತ್ತಾದ್ರು ಯಾಕೋ ಅವಳ ಬಳಿ ಹೋಗ್ತಿಲ್ಲ?

ಕಂಪನಿ ಕೈಗೆ ಮರಳಿ ಬರ್ಲಿಲ್ಲ ಅಂತ ನೋಂದಿದ್ಲು, ಆದ್ರೆ ಅವಳ ಆಸೆ ಅಂತೆ ನಿನ್ ನೋಡ್ಕೊಳ್ತಿದ್ದೀಯಲ್ಲ.!ನಿಂಗೆ ಸಿಗ್ತಲ್ಲ.

ಅಶ್ವಿನ್ - (ಅಳುತ್ತಾ)ಇಷ್ಟು ದಿನ ಬಿಟ್ಟು ಇವಾಗ ಹೋದ್ರೆ ನನ್ ಸ್ವಾರ್ಥ ಆಗಲ್ವೇನೊ !ಅವ್ಳು ಹೇಗೆ ಇದ್ದಾಳೆ ಅಂತಾನೂ ಗೊತ್ತಿಲ್ಲ, ಅಕಸ್ಮಾತ್ ನಾನ್ ಇಲ್ದೆ ಖುಷಿ ಆಗಿದ್ರೆ !

(ಹಳೆಯ ದಿನಗಳನ್ನು ನೆನೆಯುತ್ತ)

[ಆಯುಷಿ - ಅಶು, ಇದೇನು ನಿನ್ ಬ್ರೆಸ್ಲೆಟ್ ನನ್ ಕೈಗೆ ಹಾಕ್ತಿದ್ದೀಯ.

ಅಶ್ವಿನ್ - ಇನ್ಮುಂದೆ ಇದು ನಿನ್ ಹತ್ರನೇ ಇರ್ಲಿ.

ಆಯುಷಿ - ಹಾಗೆದ್ರೆ ತಗೋ (ಬ್ರೆಸ್ಲೆಟ್ ಹಾಕುತ್ತಾ)ಇದು ನಿನ್ ಹತ್ರ ಇರ್ಲಿ. Because we both are one]

ಅಶ್ವಿನ್, ಮನಸ್ಸು ಜಾರುತಿದೆ ನಿನ್ನ ಕಡೆ

ನೆನಪಿನ doniyamele

ಸಾಗುತಿದೆ ಕನಸುಗಳ ಕಡೆ.

ಆಯುಷಿ, ಪದೆ ಪದೆ ನೆನಪಿನಲೆ ಬೀಳುತಿದೆ ಈ ಮನ

ಮರೆಯಲು ನಿನ್ನದು ಕೇವಲ ನೆನಪಲ್ಲ.

ಆಯುಷಿ - ಅಪ್ಪ ಹೊರೋಡೋಣ್ವ?

ಖುಷ್ - ಪುಟ್ಟ.. ಇನ್ನು ಒಂದು ಸಲ ಯೋಚನೆ ಮಾಡು ಆಯುಷಿ.

(ಮೌನದಿಂದ ಹೊರಟರು, ದೇವಸ್ಥಾನವ ನೋಡಿ ಗಾಡಿ ನಿಲ್ಲಿಸಿದಳು)

ಆಯುಷಿ,

ಪ್ರೀತಿನೇ ಸೋತುಹೋಯಿತಲ್ಲ.. !

ನನ್ನ ನೇರಳೆ ಇಲ್ಲವಾಈತೆ.

(ಅಶ್ವಿನ್ ನೆನೆಯುತ್ತ ಕೂತಿದ್ದನು)

[ಅಶ್ವಿನ್ - ನಗುವೆಲ್ಲ ನನಗಾಗೇ ಕೂಡಿಹಾಕು...

ಮುನಿಸನ್ನು ಬರದಂತೆ ದೂರ ನೂಕು...

ಆಯುಷಿ - (ಮುಗುಳ್ ನಗುತ್ತಾ)ಹ, ಹಾ, ಮತ್ತೆ?]

(ನೆನೆಯುತ್ತ ಕಣ್ಣಲ್ಲಿ ನೀರು ತುಂಬಿಕೊಂಡನು)

ಚಂದು - ಅಶ್ವಿನ್ !ಇನ್ನು ಅಳುತ್ತಾ ಕಾಯೋದ್ರಲ್ಲಿ ಅರ್ಥ ಇಲ್ಲ ಕಣೋ, ಅಂಕಲ್ ಕೂಡ ಆಯುಷಿನಾ ನೆನೆದು ಆರೋಗ್ಯ ತುಂಬಾ ಕೇಡ್ತಿದೆ ಕಣೋ. ದಯವಿಟ್ಟು ಹುಡುಕೋಣ ಬಾ.

ಅಶ್ವಿನ್ - ಹೇಗೆ? ಅವ್ರ ಟೆಲಿಫೋನ್ ಡೆಡ್ ಆಗಿದೆ, ನಾನು ಫೋನ್ ಚೇಂಜ್ ಮಾಡ್ಕೊಂಡಿದ್ದೀನಿ!.

ಚಂದು - ಬೇರೆ ಯಾವದಾದ್ರು ದಾರಿ ಇದ್ರೆ ನೆನಸ್ಕೊ ಅಶ್ವಿನ್.

ಅಶ್ವಿನ್ - ಹಾ, ಅವ್ಳಿಗೆ ನಮ್ ಹಳೆ ಆಫೀಸ್ ನಂಬರ್ ಗೊತ್ತು.

ಚಂದು - ಸರಿ ಬೇಗ ಬಾ ವಿಚಾರಿಸೋಣ.

(ಆಫೀಸ್ ಗೆ ಹೋಗಿ ರಿಸೆಪ್ಷನಿಸ್ಟ್ ಬಳಿ ವಿಚಾರಿಸುತ್ತಿದ್ದರು)

ಅಶ್ವಿನ್ - ಎಸ್ಕ್ಯೂಸ್ಮಿ

ರಿಸೆಪ್ಷನಿಸ್ಟ್ - ಗುಡ್ ಮಾರ್ನಿಂಗ್ ಸರ್.

ಅಶ್ವಿನ್ - ಇಲ್ಲಿ ಆಯುಷಿ, ರಾಧಾ ಅನ್ನೋರು ಯಾರಾದ್ರೂ ಕಾಲ್ ಅಥವಾ ವಿಸಿಟ್ ಮಾಡಿದ್ರ?

ರಿಸೆಪ್ಷನಿಸ್ಟ್ - ಎಸ್ ಸರ್, ಫೋನ್ ತುಂಬಾ ಸಾರಿ ಮಾಡಿದ್ದಾರೆ, ಒಂದೆರೆಡು ಬಾರಿ ವಿಸಿಟ್ ಕೂಡ ಮಾಡಿದ್ರು.

ಅಶ್ವಿನ್ - (ರೇಗುತ್ತಾ)ಮತ್ತೆ ಯಾಕೆ ನೀವು ಹೇಳಿಲ್ಲ?

ರಿಸೆಪ್ಷನಿಸ್ಟ್ - sorry sir, ನೀವೇ ಹೇಳಿದ್ರಿ ಆ ಹೆಸರಿನವರು ಯಾರಾದ್ರೂ ಬಂದ್ರೆ ನನ್ ಕಾಂಟಾಕ್ಟ್ ಮಾಡ್ಬೇಡಿ ಅಂತ.!

ಅಶ್ವಿನ್ - (ಬೇಜಾರ್ ಅಲ್ಲಿ)ಆ ನಂಬರ್ ಗೆ ರಿಡಾಯ್ಲ್ ಮಾಡಿ.

(ಕಾಲ್ ರಿಸಿವ್ ಆಯಿತು)

ಅಶ್ವಿನ್ - ಹಲೋ, ಹಲೋ ರಾಧಾ.

ಕೆಲಸದವರು - ಅವ್ರು ಇಲ್ಲ ನಾನು ಕೆಲಸದವ.ನೀವು ಯಾರು?

ಅಶ್ವಿನ್ - ನಾನು ಅಶ್ವಿನ್, ಅವ್ರು ಎಲ್ಲಿ?

ಕೆಲಸದವರು - ಅವ್ರು ನಿನ್ನೇನೆ ಊರು ಬಿಟ್ಟು ಹೋದ್ರು.

ಅಶ್ವಿನ್ - ಎಲ್ಲಿಗೆ ಹೋದ್ರು?

ಕೆಲಸದವರು - ಗೊತ್ತಿಲ್ಲ ಸರ್, ಯೆಜ್ಮಾನ್ರು ಮತ್ತೆ ಆಯುಷಿ ಇಬ್ರು ಹೋದ್ರು. ನಾನು ಹೊಸುಬ್ಬ. ಆದ್ರೆ, ಮತ್ತೆ ಬರಲ್ಲ ಅಂತ ಹೇಳ್ತಿದ್ರು.

(ಫೋನ್ ಕಟ್ ಆಯ್ತು)

ಚಂದನ್ - ತುಂಬಾ ದೊಡ್ಡ ತಪ್ಪು ಮಾಡ್ದೆ ಅಶ್ವಿನ್ (ಅಳುತ್ತಾ ಹೋದನು)

ಅಶ್ವಿನ್, ಪ್ರೀತಿನೇ ಸೋತು ಹೋಯಿತಲ್ಲ.. !

ಸ್ವಾರ್ತದಲ್ಲಿಯೇ ಕೊನೆಯಾಯಿತೇ..?

ಮರೆಯೋ ಮನಸ್ಸು ನನ್ನದಲ್ಲ

ಮರೆತು ಹೋಗೋ ನೆನಪು ನೀನಲ್ಲ

ಕಣ್ಣಿನಿಂದ ದೂರ ಇರಬಹುದು ನಿಜ

ಆದ್ರೆ ಮನಸಿನಿಂದ ಅಲ್ಲ.

ಆಯುಷಿ -(ದುಃಖದಲ್ಲಿ) ಅಪ್ಪ, ಅಮ್ಮನ ಒಂದು ಬಾರಿ ನೋಡಿಕೊಂಡು ಹೋಗೋಣ.

(ಆಶ್ರಮಕ್ಕೆ ಹೋದರು)

ಖುಷ್ - ಖುಷಿ, ನೀನೇ ಹೇಗಾದ್ರು ಮಾಡಿ ಆಗ್ತಾ ಇರೋ ಅನಾಹುತಾನ ನಿಲ್ಲಿಸು.

ಆಯುಷಿ - (ಮೆಲ್ಲಗೆ ಅಮ್ಮನ ಬಳಿ ಕೂರುತ್ತ)(ಅಳುತ್ತಾ) ಮಾ ನಾವು ದೂರ ಹೋಗ್ತಿದ್ದಿವಿ, ಇಷ್ಟವಿಲ್ಲದ ಮನದ ಜೊತೆ. ನಿನ್ನ ಆಸೆ ಪೂರ್ತಿ ಮಾಡೋಕೆ ಆಗ್ಲಿಲ್ಲ, ಕಂಪನಿ ಕೈಗೆ ಸಿಗ್ಲಿಲ್ಲ. ಆದ್ರೆ, ನಿನ್ನ ಪ್ರೀತಿಯ ಆಶ್ರಮನ ಖಂಡಿತ ಉಳಿಸಿಕೊಳ್ತೀನಿ. ಆದ್ರೂ ಮಾ, ಮನಸ್ಸು ತುಂಬಾ ಸಂಕಟ ಪಡ್ತಿದೆ ಐದೇ-ಐದು ನಿಮಿಷ ಎಲ್ಲಾ ಮರೆತು ಹೋಗೋಹಾಗೆ ಮಾಡು.. (ಜೋರಾಗಿ ಅಳುವಳು)

ನಾನು ಸೋತೆ ಅಶು,, ಸೋತೆ...

(ಇದ್ದಕಿದಂತೆ ಮಳೆ ಶುರುವಾಯಿತು)

ಇನ್ನ ಯಾವತ್ತು ಈ ಮಳೆನಾ ನಂಬಲ್ಲ ಮಾ, ನಂಬಲ್ಲ.

(ಆಶ್ರಮದಿಂದ ಯಾರೋ ಮ್ಯೂಸಿಕ್ ನುಡಿಸುತ್ತೀರೋ ಶಬ್ದ ಕೇಳಿ ಬಂತು)

ಈ ಟ್ಯೂನ್.. !ಈ ಟ್ಯೂನ್ ಖುಷಿ ಮಾದು, ಇದನ್ನ ನಾನು ಅಶು ಮುಂದೆ ನುಡಿಸಿದ್ದೆ.

(ಮನದಲ್ಲಿ ನಗುತ್ತಾ)ಅಂದ್ರೆ, ಅಂದ್ರೆ ಅಶು...

ಖುಷಿ ಕಥೆ

ದ್ರವ್ಯ.ಎಲ್ ಕರಿಯಪ್ಪಲರ್

ಪ್ರೀತಿ ಅಂದ್ರೆ ಒಂದು ಭಾವನೆ,

ಮನದ ಭಾವನೆ

ಪ್ರೀತಿಗೆ ಎಂದಿಗು ಕೊನೆ ಇಲ್ಲ,

ಅನಂತ ಕಾಲದಿಂದ ಬಂದಿರೋ ಈ ಪ್ರೀತಿ

ಎಂದಿಗು ಕೊನೆಗಾಲ್ಲೊಲ್ಲ.

Life give answers in 3ways
It says yes and give you what you want
It says no and give you something better
It says wait and gives you the best

Love is an feeling.
Feel of soul.
Love that started from unlimited and going to be end in
unlimited.
It will never dies. Never…

ಮುಡಿ ಕಥ

RELAX

REFRESH

RECHARGE

www.ingramcontent.com/pod-product-compliance
Lightning Source LLC
Chambersburg PA
CBHW022355200825
31452CB00028B/153
* 9 7 8 9 3 9 0 0 4 7 2 5 3 *